Roho, Nafsi, na Mwili I

Hadithi ya Fumbo la Utafutaji wa "Ubinafsi" Wetu

Roho, Nafsi, na Mwili I

Dr. Jaerock Lee

Roho, Nafsi, na Mwili: Toleo La 1 na Dr. Jaerock Lee
Kimechapishwa na Urim Books (Mwakilishi: Johnny. H. Kim)
235-3, Guro-dong 3, Guro-gu, Seoul, Korea
www.urimbooks.com

Haki zote zimehifadhiwa. Hakuna ruhusa ya kutoa kitabu hiki au sehemu ya kitabu hiki katika mfumo wa aina yoyote, kuhifadhi katika mfumo ambao kinaweza kutolewa tena au kusambazwa kwa namna au njia yoyote ile, kielekroniki, kimitambo, kutolewa fotokopi, kurekodiwa au njia nyingineyo, bila idhini ya kuandikwa kimbele kutoka kwa mchapaji.

Nukuu zote za Maandiko zimechukuliwa kutoka katika Biblia ya Kiswahili – Union Version iliyochapishwa na Chama cha Biblia cha Kenya na Chama cha Biblia cha Tanzania ©1997. Imetumiwa kwa ruhusa.

Hakimiliki © 2012 na Dr. Jaerock Lee
ISBN: 979-11-263-1228-3 03230
Hakimiliki ya Kutafsiri © 2012 na Dr. Esther K. Chung. Imetumiwa kwa ruhusa.

Awali kilichapishwa kwa Kikorea na Urim Book 2009

Kimechapishwa kwa Mara ya Kwanza Julai 2023

Kimehaririwa na Dr. Geumsun Vin
Kimesanifiwa na Editorial Bureau of Urim Books
Kwa taarifa zaidi wasiliana na: urimbook@hotmail.com

Dibaji

Kawaida watu wanapenda kufanikiwa na kuishi maisha ya raha mstarehe. Lakini hata ingawa wana pesa, uwezo, na umaarufu, hakuna anayeweza kukwepa kifo. Shir Huang-di, Mfalme Mkuu wa Kwanza wa China ya zamani, alitafuta dawa ya kumfanya aishi milele , lakini hata yeye hakuweza kukiepuka kifo. Hata hivyo, kupitia kwa Biblia , Mungu ametufundisha njia ya kutuwezesha kupata uzima wa milele. Uzima huu unatiririka kupitia kwa Yesu Kristo.

Tangu wakati ule nilipomkubali Yesu Kristo na kuanza kusoma Biblia, nilianza kuomba ili nipate kuuelewa moyo wa Mungu kwa undani. Mungu alinijibu baada ya miaka saba ya maombi mengi sana na vipindi vingi vya kufunga. Baada ya kuanzisha kanisa, Mungu alinifafanulia mafungu mengi magumu katika Biblia kupitia msukumo wa Roho Mtakatifu. Fungu moja tu kati ya hayo ni habari za kina kuhusu 'Roho, Nafsi, na Mwili'. Hii ndiyo hadithi ya fumbo inayotuwezesha kuelewa chanzo cha mwanadamu na kutuwezesha kujielewa sisi weneywe. Ni masimulizi ya yale ambayo sikuweza kuyasikia mahali popote pengine, na ndiyo furaha yangu isiyoweza kuelezeka.

Nilipohubiri ujumbe huu unayohusu roho, nafsi, na mwili, nilipokea shuhuda na maitikio mengi kutoka hapa Korea na pia kutoka ng'ambo. Wengi wanasema walijitambua, na wakaelewa hao ni viumbe wa aina gani, wakapata majibu ya mafungu mengi magumu katika Biblia, na pia wakaelewa njia za kuweza kuupata uzima wa kweli. Baadhi ya watu hao wanasema sasa wana azima ya kuwa watu wa roho na kuhusika katika asili ya uungu ya Mungu na wanajitahidi kufikia lengo hilo kama ilivyonakiliwa katika 2 Petro 1:4. Maandiko hayo yanasema, „Tena kwa hayo ametukirimia ahadi kubwa mno, za thamani, ili kwamba kwa hizo mpate kuwa washirika wa tabia ya Uungu, mkiokolewa kutoka kwa uharibifu uliomo duniani kwa sababu ya tamaa."

Katika kitabu chake The Art of War Sun Tzu anasema kwamba ukijijua mwenyewe na ukimjua adui yako, hutashindwa vita vyovyote. Mahubiri yanayohusu,"Roho, Nafsi, na Mwili" yanatuangazia kuhusu sehemu ya ndani zaidi ya ‚ubinafsi' wetu na yanatufundisha kuhusu chanzo cha wanadamu.

Mara tu tunapojifunza na kuelewa ujumbe huu kwelikweli, tutaweza pia kumwelewa mtu wa aina yoyote . Pia tutajifunza njia za kutusaidia kushinda nguvu za giza, ambazo zimekuwa zikituathiri, ili tuweze kuishi maisha ya Kikristo yaliyo ya ushindi.

Ninamshukuru Geumsun Vin, mkurugenzi wa Editorial Bureau pamoja na wafanyakazi ambao walijitolea kwa ajili ya uchapishaji wa kitabu hiki. Natumai mtafanikiwa katika mambo yote na mtakuwa na afya njema kadri roho zenu zinapovyofanikiwa, na zaidi ya hayo mtahusika katika asili ya uungu ya Mungu.

Juni 2009,
Jaerock Lee

Kuanza Safari ya Roho, Nafsi, na Mwili

"Mungu wa amani mwenyewe awatakase kabisa; nanyi nafsi zenu na roho zenu na miili yenu mhifadhiwe muwe kamili, bila lawama, wakati wa kuja kwake Bwana wetu Yesu Kristo."
(1 Wathesalonike 5:23)

Wanatheologia wamekuwa wakihoji juu ya vipengele vya mwanadamu, kati ya nadharia isemayo kwamba mwanadamu ana sehemu mbili na ile isemayo mwanadamu ana sehemu tatu. Nadharia ya sehemu mbili inasema kuwa wanadamu wana sehemu mbili: roho na mwili ilhali nadharia ya sehemu tatu inasema mwanadamu ana sehemu tatu: roho, nafsi, na mwili. Kitabu hiki kimeandikwa kwa misingi ya ile nadharia isemayo kwamba mwanadamu ana sehemu tatu.

Kwa kawaida, maarifa yanaweza kugawanywa katika sehemu mbili; maarifa juu ya Mungu na maarifa juu ya wanadamu. Ni muhimu sana kwetu kwamba tunapoishi hapa duniani tupate maarifa juu ya Mungu. Tunaweza kuishi maisha yenye mafanikio na kupata uzima wa milele tunapouelewa moyo wa Mungu na kuyafuata mapenzi yake.

Wanadamu waliumbwa katika mfano wa Mungu, na bila Mungu hawawezi kuishi. Vilevile bila Mungu wanadamu hawawezi kuelewa wazi walikotoka. Tunaweza kupata majibu ya swali la wanadamu walitoka wapi tutakapomjua Mungu ni nani.

Roho, nafsi, na mwili viko katikaeneo ambalo kwa maarifa, hekima, na uwezo wa mwanadamu hatuwezi kulielewa, wa mwanadamu. Ni eneo ambalo Mungu peke yake ndiye anayeweza kutujuza kwa kuwa yeye anaelewa chanzo cha wanadamu. Yule aliyeunda kompyuta ndiye mwenye maarifa ya weledi juu ya muundo na kanuni za kompyuta. Kwa hiyo muundaji wa kompyuta ndiye anayeweza kutatua tatizo lolote linalohusiana na utenda kazi wa kompyuta. Mtazamo uo huo ndio tulio nao hapa. Kitabu hiki kimejaa maarifa ya kiroho ya daraja la nne yanayotupa majibu ya wazi ya maswali yanayohusu roho, nafsi, na mwili.

Mambo ya kipekee ambayo wasomaji wanaweza kujifunza kutokana na kitabu hiki yanajumuisha haya yafuatayo:

1. G1. Kupitia uelewa wa kiroho wa roho, nafsi, na mwili, ambavyo ni vipengele vya mwanadamu, wasomaji wanaweza kuangalia 'nafsi' zao na kupata umaiziwa maisha yenyewe.

2. Wanaweza kujitambua kikamilifu kwamba wao kwa kweli ni akina nani na ni 'ubinafsi'aina gani waliyojitengenezea. Kitabu hiki kinaonyesha njia ya kuwasaidia wasomaji wajitambue wenyewe kama alivyosema mtume Paulo katika 1 Wakorintho 15:31, "Ninakufa kila siku" na waweze kukamilisha utakatifu na kuwa watu wa roho kama Mungu anavyotaka wawe.

3. Tunaweza kuepuka kutegwa na adui ibilisi na Shetani, na kupata nguvu za kushinda giza wakati tu tutakapojielewa sisi wenyewe. Kama Yesu alivyosema, " Ikiwa aliwaita miungu wale waliojiwa na neno la Mungu; (na maandiko hayawezi kutanguka); " (Yohana 10:35), kitabu hiki kinaonyesha njia ya mkato kwa wasomaji ili waweze kuhusika katika asili ya uungu wa Mungu na wapokee baraka zote zilizoahidiwa na Mungu.

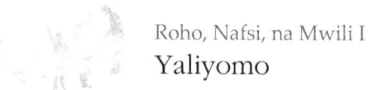

Roho, Nafsi, na Mwili I
Yaliyomo

Dibaji

Kuanza Safari ya Roho, Nafsi, na Mwili

Sehemu ya 1 Kuumbwa kwa Mwili

Sura ya 1	Dhana ya Mwili	2
Sura ya 2	Uumbaji	12

    1. Fumbo la Kutenganishwa Kwa Nafasi
    2. Nafasi ya Kimwili na Nafasi ya Kiroho
    3. Wanadamu wenye Roho, Nafsi, na Mwili

Sura ya 3	Wanadamu katika Nafasi Ya Mwili	36

    1. Mbegu ya maisha
    2. Jinsi Mwanadamu Anavyoanza Kuwako
    3. Dhamiri
    4. Kazi za Mwili
    5. Ukuzaji

Sehemu ya 2 Kuumbwa kwa Nafsi
(Utendaji kazi wa Nafsi katika Nafasi ya Kimwili)

Sura ya 1	Kuumbwa kwa Nafsi	84

    1. Fasili ya Nafsi
    2. Utendaji kazi Mbalimbali wa Nafsi katika Nafasi ya Mwili
    3. Giza

Sura ya 2	Ubinafsi	124
Sura ya 3	Mambo ya Mwili	140
Sura ya 4	Kupita Kiwango cha Roho Iliyo hai	158

Sehemu ya 3 Kurudishwa upya kwa Roho

Sura ya 1	Roho na Roho Yote	172
Sura ya 2	Mpango wa Mungu wa Mwanzo	196
Sura ya 3	Mwanadamu wa Kweli	206
Sura ya 4	Eneola Kiroho	222

Roho, Nafsi, na Mwili II
Yaliyomo

SEHEMU YA 1 Nafasi Kubwa Ya Eneo la Kiroho

Sura ya 1 Giza na Nuru
Sura ya 2 Sifa Zinazomwezesha Mtu Kuingia Kwenye Nafasi ya Nuru

SEHEMU YA 2 Roho, Nafsi, na Mwili katika Nafasi ya Kiroho

Sura ya 1 Makazi Mbalimbali
Sura ya 2 Roho, Nafsi, na Mwili katika Nafasi ya Kiroho

SEHEMU YA 3 Kuvuka Mipaka ya ya Mwanadamu

Sura ya 1 Nafasi ya Mungu
Sura ya 2 Mfano wa Mungu

Roho, Nafsi, na Mwili I

Sehemu ya 1

Kuumbwa kwa Mwili

Chanzo cha mwanadamu ni nini?
Je, tulitoka wapi na tunaelekea wapi?

Maana Wewe ndiwe uliyeniumba mtima wangu,
Uliniunga tumboni mwa mama yangu.
Nitakushukuru
kwa kuwa nimeumbwa Kwa njia ya ajabu ya kutisha.
Matendo yako ni ya ajabu,
Na nafsi yangu yajua sana,
Mifupa yangu haikusitirika kwako,
Nilipoumbwa kwa siri,
Nilipoungwa kwa ustadi katika pande za chini za nchi;
Macho yako yaliniona kabla sijakamilika,
Kitabuni mwako ziliandikwa zote pia,
Siku zilizoamriwa
kabla hazijawa bado.
Zaburi 139:13-16

Sura ya 1
Dhana ya Mwili

Mwili wa mwanadamu hurudi kwenye mavumbi machache baada ya muda fulani; vyakula vyote ambavyo wanadamu hula; vitu vyote ambavyo wanadamu huona, husikia, na kufurahia; na vyote wanavyofanya-vyote hivi ni mifano wa 'mwili'.

Mwili ni Nini?

Wanadamu Wakibaki katika Mwili, Hawafai Kitu, Hawana Thamani

Vitu Vyote vya Ulimwengu Vina Mikondo Tofauti

Mikondo ya Kiwango cha Juu Hutiisha na Kutawala Mikondo ya Kiwango cha Chini

Katika historia ya mwanadamu watu wamekuwa wakitafuta jibu la swali hili la „Mwanadamu ni nini?" Jibu la swali hilo litatupa majibu ya maswali mengine kama vile, „Tunapaswa tuishi kwa lengo gani?" na „Je, tunapaswa kuishi kwa njia gani?" Uchunguzi, utafiti, na tafakariza kuwepo kwa mwanadamu vimefanywa kwa wingi katika maeneo ya falsafa na dini, lakini si rahisi kupata jibu fupi na la wazi.

Hata hivyo, watu mara kwa mara na kila wakati hujaribu kutafuta jibu na kuongeza maswali mengine kama „Je, mwanadamu ni kiumbe wa aina gani?" na „Mimi ni nani?" Maswali kama hayo huulizwa kwa sababu majibu ya maswali haya huenda yakawa mambo muhimu ya kutatulia matatizo ya kimsingi ya kuwepo kwa mwanadamu. Utafiti wa dunia hii hauwezi kutoa jibu la wazi kwa maswali kama hayo, lakini Mungu anaweza. Aliumba ulimwengu na vitu vyote vilivyomo na akamuumba mwanadamu. Jibu la Mungu ndilo jibu sahihi. Tunaweza kupata kidokezo cha maswali kama hayo katika Biblia, ambalo ni Neno la Mungu.

Kila mara wananadharia huweka sehemu zinazounda mwili wa mwanadamu katika sehemu mbili, ‚roho' yake na 'mwili' wake. Sehemu ile yenye vipengee vya akili imewekwa kwenye kundi la 'roho' na sehemu inayojumuisha vipengee vya kimwiliinaitwa 'mwili'. Hata hivyo, Biblia inwekax sehemu za mwanadamu katika sehemu tatu: roho, nafsi, na mwili.

1 Wathesalonike 5:23 inasema, "Mungu wa amani mwenyewe awatakase kabisa; nanyi nafsi zenu na roho zenu na miili yenu mhifadhiwe muwe kamili, bila lawama, wakati wa kuja kwake Bwana wetu Yesu Kristo."

Roho na nafsi si kitu kimoja. Si maneno tu yaliyo tofauti, bali vitu hivyo viwili ni tofauti katika asili yao. Tukitaka kuelewa 'mwanadamu' nini, sharti tujifunze mwili, nafsi, na roho ni nini.

Mwili ni Nini?

Hebu kwanza tuangalie fasili ya kamusi ya neno 'mwili'. Kamusi ya Merriam-Webster inasema mwili ni "sehemu laini za mwili wa mnyama na hususan mwenye mgongo; haswa: zile sehemu zinazojumuisha misuli iliyo kwenye mifupa ikitofautishwa na viungo vya ndani, mfupa, na sehemu ya nje inayokinga mwili." Pia inaweza kurejelea sehemu za mnyama zinazoweza kuliwa. Lakini, ili tuweze kuelewa 'mwili' unarejea nini kibiblia sharti tuelewe maana ya kiroho badala ya kuelewa maana ya kamusi.

Biblia inatumia maneno 'mwili' na 'nyama' mara kwa mara. Mara nyingi yana maana ya kiroho. Katika maana ya kiroho, nyama ni neno la jumla linalowakilisha vitu vinavyoharibiika, kubadilika na hatimaye kutoweka baada ya muda. Pia nyama ni yale mambo yaliyo machafu na najisi. Miti yenye majani ya kijani kibichi siku moja itanyauka na ife na ina viungu na shina ambavyo badaye huenda vikawa kuni. Ile miti, mimea, na vitu vyote vya kiasili huharibika, huoza na kutoweka kadri muda unavyosonga. Kwa hivyo, hivyo vyote ni nyama.

Je, wanadamu, watawala wa viumbe vyote? Leo duniani kuna watu wapatao bilioni 7. Hata saa hii watoto wanaendelea kuzaliwa mahali fulani Duniani, na mahali pengine watu wanaendelea kufa tu. Wanapokufa, miili yao hurudi kwenye mavumbi machache tu, na hao pia ni nyama. Zaidi ya hayo, chakula kinacholiwa, lugha zinazozungumzwa, alfabeti zinazonakili mawazo, na maendeleo ya kisayansi na kiteknolojia wanayohitaji wanadamu vyote hivyo bado ni nyama/mwili. Vinaharibika, vinabadilika, na kufa kadri muda unavyosonga. Kwa hiyo, kila kitu kilicho hapa duniani tunachokiona, na vitu vyote vilivyo ulimwenguni tunavyovijua ni ‚nyama/mwili'.

Wanadamu, waliomwacha Mungu, ni viumbe vya mwili tu. Kile wanachotengeza pia ni ‚mwili/nyama'. Je, watu walio kimwili huendeleza nini na hutafuta nini? Wanatafuta tamaa za mwili, tamaa ya macho, na kiburi cha uzima. Hata maendeleo ambayo mwanadamu ameyaendeleza lengo lake ni kutosheleza zile hisia tano za wanadamu. Lengo lao ni kutafuta anasa na kutosheleza tamaa zao na hamu ya miili yao. Kadri muda ulivyosonga watu wameendelea kutafuta vitu vinavyoashiki na vinavyochochea mwili. Kadri maendeleo yanavyoendelea kufikiwa ndivyo watu wanavyozidi kuwa na tamaa na kuharibika.

Basi ikiwa kuna ‚mwili' unaoonekana, vile vile kuna ‚mwili' usioonekana. Biblia inasema. chuki, magombano, husuda, kuua, uzinzi na hali zote za asilia zinazohusiana na dhambi vyote ni mwili. Kama vile kulivyo na harufu nzuri ya maua, hewa na upepo vipo na havioonekani, pia kuna utuwa dhambi usioonekana katika mioyo ya wanadamu. Haya yote pia ni ‚mwili'. Kwa hiyo, mwili ndilo neno la jumla linalomaanisha mambo yote ulimwenguni yanayoharibika na kubadilika kadri muda unavyosonga. Linajumuisha uwongo wote kama vile dhambi, uovu, uovu, na uasi.

Warumi 8:8 inasema, „Wale waufuatao mwili hawawezi kumpendeza Mungu." Ikiwa ‚mwili' katika kifungu hiki unamaanisha mwili wa mwanadamu unaoonekana, basi ina maana kwamba hakuna mwanadamu anayeweza kumpendeza Mungu. Hivyo lazima liwe lina maana nyingine.

Pia, Yesu katika Yohana 3:6 anasema, „Kilichozaliwa kwa mwili ni mwili; na kilichozaliwa kwa Roho ni roho," na katika Yohana 6:63, inasema, „Roho ndiyo itiayo uzima, mwili haufai kitu; maneno hayo niliyowaambia ni roho, tena ni uzima." Hapa ‚mwili' pia unarejelea yale mambo yanayoharibika na kubadilika, na ndiposa Yesu alisema kwamba hayamfaidi mtu.

Wanadamu Wakibaki katika Mwili, Hawafai Kitu, Hawana Thamani

Tofauti na wanyama, wanadamu hutafuta maadili fulani kwa misingi ya hisia na mawazo yao. Lakini mambo haya si ya milele, na hivyo yote pia ni mwili. Mambo yale ambayo wanadamu wanayaona kuwa na thamani kama vile utajiri, umaarufu, na maarifa hayo pia ni mambo ya ubatili ambayo punde si punde yataharibika. Je, tunaweza kusema nini kuhusu hisia inayoitwa ‚upendo'? Watu wawili wanapoanzisha uhusiano wa kimapenzi, huenda wakasema kwamba hawawezi kuishi pasipo kuwa pamoja. Lakini wengi wa wapenzi hawa hubadili mawazo baada ya kuoana. Hukasirika kwa haraka na kuudhika na hata kuzua fujo kwa sababu tu kuna kitu fulani wasichokipenda. Mabadiliko haya yote katika hisia pia ni mwili. Watu wakibaki katika mwili, hawana tofauti sana na wanyama au mimea. Machoni mwa Mungu mambo yote ni mwili tu utakaoharibika na kutoweka.

1 Petro 1:24 inasema, „Maana, Mwili wote ni kama majani, Na fahari yake yote ni kama ua la majani. Majani hukauka na ua lake huanguka," na Yakobo 4:14 inasema, lakini hamjui yatakayokuwako kesho. Uzima wenu ni nini? Maana ninyi ni mvuke uonekanao kwa muda mfupi tu, kisha hutoweka."

Mwili na mawazo yote ya wanadamu ni ubatili kwa kuwa wameacha Neno la Mungu ambaye ni roho. Mfalme Sulemani alifurahia heshima na fahari mwanadamu anayoweza kufurahia hapa duniani, lakini akatambua ubatili wa mwili na akasema, „Ubatili mtupu;'...Ubatili mtupu! Mambo yote ni ubatili." Mtu ana faida gani ya kazi yake yote aifanyayo chini ya jua?" (Mhubiri 1:2-3)

Vitu Vyote Ulimwenguni Vina Mikondo Tofauti

Mikondo katika fizikia au hesabu huamuliwa na kiratibishi kimoja kati ya viratibishi vitatu. Kiratibishi hiki huamua mahali pa kusimama katika nafasi . Pointi fulani katika msitari huwa na kiratibishi kimoja, na kwa hiyo ina daraja moja. Pointi fulani katika ndege ina viratibishi viwili, na kwa hiyo ina mikondo miwili. Vivyo hivyo pointi fulani katika nafasi ina viratibishi vitatu, kwa hiyo ina mikondo mitatu.

Nafasi tunayoishi ni ulimwengu wenye mikondo mitatu kwa misingi ya fizikia. Katika sehemu ya ndani kabisa ya fizikia wanachukua wakati kama daraja la nne. Huu ndio ufahamu wa mikondo katika katika sayansi.

Lakini katika mtazamo wa roho, nafsi, na mwili, mikondo inaweza kugawanywa katika daraja la kimwili na wa kiroho. Daraja la kimwili linagawanywa tena katika sehemu mbili. Kuanzia sehemu 'isiyokuwa na daraja' hadi sehemu yenye 'mikondo mitatu'. Kwanza, neno, isiyokuwa na daraja linarejelea vitu visivyokuwa na uhai. Mawe, mchanga, na vyuma viko katika kundi hili. Vitu vyote vilivyo na uhai viko katika daraja la kwanza, la pili, au la tatu.

Daraja la kwanza linarejelea vitu vyenye uhai na vinavyopumua lakini hawiwezi kusonga, yaani havina uwezo wa kusonga na kufanya kitu. Daraja hili linajumuisha maua, nyasi, miti na mimea mingineyo. Vina mwili, lakini havina nafsi na roho.

Daraja la pili linajumuisha viumbe hai vinavyopumua, vinavyoweza kusonga, na vilivyo na mwili na nafsi. Ni wanyama kama vile simba, ng'ombe, na kondoo; ni ndege, samaki, na wadudu. Mbwa wanaweza kumtambua bwana wao au kumbwekea mgeni maana wana nafsi.

Daraja la tatu linajumuisha vile vitu vinavyopumua, vinavyosonga, na vilivyo na nafsi na roho vilivyo katika miili yao inayoweza kuonekana. Unarejelea wanadamu ambao wanatawala viumbe vyote. Tofauti na wanyama, wanadamu wana roho. Wanaweza kufikiria na kumtafuta Mungu, na wanaweza kumwamini Mungu.

Pia kuna daraja la nne ambalo hatuwezi kuliona kwa macho. Nalo ni lile daraja la kiroho. Mungu ambaye ni roho, majeshi ya mbinguni na malaika, na makerubi vyote ni vya daraja la kiroho.

Daraja la Juu Hutawala na Kudhibiti Daraja la Chini

Viumbe vilivyo katika daraja la pili vinaweza kutawala na kudhibiti viumbe vilivyo kwenye daraja la kwanza au wa chini. Viumbe vya daraja la tatu vinaweza kutawala na kudhibiti viumbe vilivyo kwenye daraja la pili au wa chini. Viumbe wa daraja la chini hawawezi kuelewa daraja liingine lililo juu kushinda daraja lao. Miundo ya maisha ya daraja la kwanza haiwezi kuelewa daraja la pili na miundo ya maisha ya daraja la pili haiwezi kuelewa daraja la tatu. Kwa mfano, tuseme mtu fulani apande aina fulani ya mbegu mchangani, aimwagie maji, na kuitunza. Mbegu inapoota, humea na kuwa mti, na kuzaa matunda. Mbegu hiyo haielewi kile ilichofanyiwa na yule mtu. Hata wakati minyoo inapokanyagwa na wanadamu na kufa, haielewi sababu haswa ni nini. Daraja la juu linaweza kutawala na kudhibiti viumbe wa daraja la chini, lakini kwa kawaida viumbe wa daraja la chini hawana lingine isipokuwa kutawaliwa na daraja la juu.

Vivyo hivyo, wanadamu ambao ni viumbe wa daraja la tatu hawaelewi daraja la kiroho ambao ni wa ulimwengu wa daraja la nne. Kwa hiyo, wanadamu walio katika mwili hawawezi kamwe kufanya chochote kuhusu kutawaliwa na kudhibitiwa na pepo. Lakini, tukiuacha mwili na kuwa watu wa roho, tunaweza kuingia katika ulimwengu wa daraja la nne. Kwa hiyo tunaweza kutawala na kuwashinda pepo wachafu.

Mungu ambaye ni roho anataka watoto wake waelewe ulimwengu wa daraja la nne. Kwa njia hii wanaweza kuelewa mapenzi ya Mungu, wakamtii, na kupata uzima. Katika Mwanzo sura ya 1, kabla Adamu hajala tunda la mti wa kujua mema na mabaya, alitawala na kuvidhibiti vitu vyote. Wakati mmoja Adamu alikuwa ni roho iishiyo na alikuwa ni mtu wa daraja la nne. Lakini baada ya kutenda dhambi, roho yake ilikufa. Si tu Adamu peke yake aliyekufa, lakini kizazi chake chote sasa ni cha daraja la tatu. Kisha, natuone jinsi wanadamu, walioumbwa na Mungu, walivyoanguka kwenye daraja la tatu, na jinsi wanavyoweza kwenda katika ulimwengu wa daraja la nne!

Sura ya 2
Uumbaji

Mungu Muumbaji aliandaa mpango wa ajabu kwa ajili ya ukuzaji wa wanadamu. Alitenganisha nafasi ya Mungu na kuwa nafasi ya kimwili na ya kiroho na aliumba mbingu na nchi na vitu vyote vilivyomo.

1. Kutenganishwa Kwa Nafasi Kwa Ajabu

2. Nafasi ya Kimwili na Nafasi ya Kiroho

3. Wanadamu wenye Roho, Nafsi, na Mwili

Tangu zamani za kale, Mungu alikuwepo peke yake ulimwenguni. Alikuweko kama Nuru na alitawala kila kitu kilichokuwa kikisonga katika nafasi ya angani. Katika 1 Yohana 1:5 imendiwa kwamba Mungu ni Nuru. Kimsingi kinarejelea nuru ya kiroho, lakini pia kinarejelea Mungu aliyekuweko hapo mwanzo kama Nuru.

Hakuna aliyemzaa Mungu. Yeye ndiye aliyeko kwa nguvu zake mwenyewe. Hivyo, sharti tusijaribu kumwelewa kwa kutumia nguvu na maarifa yetu yenye mipaka. Yohana 1:1 ina siri ya ‚mwazo'. Inasema, „Hapo mwanzo kulikuwako Neno." Haya ndiyo maelezo kuhusu umbo la Mungu kuwa na Neno katika mianga ya ajabu na inayopendeza sana na kutawala nafasi zote angani.

Hapa, ‚mwanzo' linarejelea kipindi fulani kabla milele, kipindi ambacho wanadamu hawawezi kukifikiria. Hii ni hata kabla ‚mwanzo' katika Mwanzo 1:1 ambao ndio mwanzo wa uumbaji. Kwa hiyo, mambo gani yalitokea kabla kuumbwa kwa ulimwengu?

1. Kutenganishwa Kwa Nafasi Kwa Ajabu

Daraja la kiroho haliko mbali sana. Kuna malango yaliyounganishwa na daraja la kiroho katika sehemu mbalimbali za anga zinazoonekana kwa macho.

Baada ya muda mrefu sana kupita, Mungu alitaka kuwa na mtu ambaye angempa upendo wake pamoja na vitu vingine vyote. Mungu ana uungu na ubinadamu na kwa sababu hii alitaka kushiriki vyote alivyo navyo na mtu kuliko kuvifurahia yeye peke yake. Hili likiwa akilini mwake, aliandaa mpango wa kuwaimarisha wanadamu. Ni mpango wa kuwaumba wanadamu, kuwabariki ili wazaane na waongezeke, wapate nafsi nyingi zisizohesabika zinazofanana na Mungu, na azikusanye ziingie katika ufalme wa mbinguni. Ni kama vile wakulima wanavyolima mimea, kisha wakakusanya mavuno na kuyatia ghalani.

Mungu alijua kungetakikana nafasi ya kiroho ambapo angeishi na nafasi ya kimwili ambapo ukuzaji wa mwanadamu ungetekelezwa. Akatenganisha ulimwengu mzima katika daraja la kiroho na daraja la kimwili. Kutokea hapo Mungu alianza kuwepo kama Mungu katika Utatu yaani Mungu Baba, Mungu Mwana, na Mungu Roho Mtakatifu. Hii ilikuwa ni kwa sababu, Mkombozi Yesu na Msaidizi Roho Mtakatifu wangehitajika kwa ajili ya ukuzaji wa mwanadamu wa siku za usoni.

Ufunuo 22:13 inasema, „Mimi ni Alfa na Omega, mwanzo na mwisho, wa kwanza na wa mwisho." Hii ni kumbukumbu kuhusu Mungu wa Utatu. ‚Alfa na Omega' humrejelea Mungu

Baba ambaye ndiye mwanzo na mwisho wa maarifa yote na ustaarabu wa wanadamu. ‚Mwanzo na mwisho' humrejelea Mungu Mwana, yaani Yesu, ambaye ni wa kwanza tena wa mwisho wa wokovu wa binadamu. ‚Wa kwanza na wa mwisho' humrejelea Roho Mtakatifu ambaye ndiye wa kwanza na wa mwisho wa ukuzaji wa mwanadamu.

Mwana, yaani Yesu hutekeleza jukumu la Mwokozi. Roho Mtakatifu humshuhudia Mwokozi kama Msaidizi na hukamilisha wokovu wa mwanadamu. Bibilia humwelezea Roho Mtakatifu kwa njia tofauti tofauti kwa kumlinganisha na njiwa au moto, na pia anarejelewa kama ‚Roho wa Mwana wa Mungu'. Wagalatia 4:6 inasema, „Na kwa kuwa ninyi mmekuwa wana, Mungu alimtuma Roho wa Mwanawe mioyoni mwetu, aliaye, ‚Aba! Baba!'"Pia, Yohana 15:26 inasema, „Lakini ajapo huyo Msaidizi, nitakayewapelekea kutoka kwa Baba, huyo Roho wa kweli atokaye kwa Baba, yeye atanishuhudia."

Mungu Baba, Mwana, na Roho Mtakatifu walichukua maumbo maalum kutimiza majaliwa ya ukuaji/umarishaji wa mwanadamu, na wakajadili mipango yote pamoja. Inadhihirika katika kumbukumbu za uumbaji zinazopatikana katika Mwanzo sura ya 1.

Mwanzo 1:26 inaposema, "Mungu akasema, Na tumfanye mtu kwa mfano wetu, kwa sura yetu,'" Hii haimaanishi wanadamu waliumbwa tu katika mfano wa nje wa Mungu Baba, Mwana na Roho Mtakatifu. Inamaanisha roho, ambayo ndio msingi wa wanadamu, hutolewa na Mungu na roho hii inafanana na Mungu mtakatifu.

Daraja la Kimwili na Daraja la Kiroho

Wakati Mungu alipokuwa peke yake, hakuwa na haja ya kutofautisha kati ya eneo la kimwili na eneo la kiroho. Lakini, ili kuwe na ukuaji/ukuzaji wa mwanadamu kulihitajika kuwe na eneo la kimwili ambamo wangeishi wanadamu. Kwa sababu hii alitenganisha eneo la kimwili na eneo la kiroho.

Lakini kutenganisha eneo la la kimwili na eneo la kiroho hakumaanishi uligawanywa katika sehemu mbili tofauti kama vile tunavyokata vitu mara mbili. Kwa mfano, tuseme kuna aina mbili gesi chumbani. Tunaongeza kemikali fulani ili moja ya gesi hizo ionekane kuwa nyekundu, hivyo iweze kutofautishwa na gesi nyingine. Ingawa kuna gesi za aina mbili chumbani, macho yetu yanaweza kuona tu ile gesi inayoonekana kuwa nyekundu. Hata ingawa ile gesi nyingine haionekani, bila shaka ipo.

Hivyo hivyo, Mungu alitenganisha nafasi kubwa ya kiroho katika eneo la kimwili linaloonekana na eneo la kiroho lisiloonekana. Bila shaka, eneo la kimwili na eneo la a kiroho si kama aina mbili za gesi tulizotaja katika mfano niliotoa. Yanaonekana kwamba yametengana lakini yaaingiliana. Na, jinsi yanavyoonekana kwamba yanaingiliana, ndivyo pia yanavyotangana.

Kama ushahidi kwamba eneo la kimwili na eneo la kiroho yako mbalimbali na kwa njia ya ajabu, Mungu ameweka njia kuu zenye malango zinazoelekea kwenye eneo la kiroho katika sehemu tofauti katika ulimwengu. Eneo la kiroho haliko mahali mbali. Kuna njia kuu zenye malango zielekeazo kwenye eneo la kiroho katika sehemu nyingi kwenye anga tunaloliona. Kama Mungu angeyafungua macho ya kiroho, kwa kiasi fulani tungeweza kuona daraja la kiroho kupitia njia kuu hizo zenye malango.

Stefano alipokuwa amejaa Roho alimwona Yesu amesimama mkono wa kuume wa Mungu, ilikuwa ni kwa sababu macho yake ya kiroho na njia kuu yenye lango iendayo kwenye eneo la kiroho vilifunguliwa (Matendo 7:55-56).

Eliya alinyakuliwa kwenda Mbinguni akiwa hai. Bwana Yesu aliyefufuka alipaa Mbinguni. Musa na Eliya walitokea kwenye Mlima wa Mabadiliko. Tunaweza kuelewa jinsi matukio haya yalivyo matukio halisi ikiwa tutakubali ukweli kwamba zipo njia zenye malango ziendazo kwenye eneo la kiroho.

Mbingu ni kubwa sana na kuna uwezekano kwamba ukubwa wake haupimiki. Eneo lile linaloonekana kutoka Duniani (mbingu tunazoweza kuzionna) ni mviringo wenye nusu kipenyo cha miaka ya nuru ipatayo bilioni 46. Ikiwa eneo la kiroho lipo baada ya mwisho wa ulimwengo tunaouona, hata tukitumia chomb cha anga cha kasi zaidi duniani itachukua muda usioweza kupimika kufikia eneo la kiroho. Pia, unaweza kufikiria umbali ule ambao malaika wangepaswa kusafiri kati ya eneo la kiroho

---

Lineweaver, Charles; Tamara M. Davis (2005). "Misconceptions about the Big Bang". Scientific American. Imetolewa tena 2007-03-05.

na ulimwengu wa kimwili? Lakini, kuwepo kwa njia hizi zenye malango zinazoenda kwenye eneo la kiroho, njia zinazoweza kufunguliwa na kufungwa, kunasaidia mtu kuweza kusafiri kutoka eneo la kiroho na ulimwengu wa kimwili kwa urahisi zaidi kama mtu anayepitia mlangoni.

Mungu Aliumba Mbingu Nne

Baada ya Mungu kugawa mbingu mara mbili, eneo la kiroho na eneo la kimwili, alizigawa katika mbingu nyingi zaidi kulingana na mahitaji. Biblia inasema kwamba hakuna mbingu moja tu pekee lakini zipo mbingu nyingi. Kwanza inatuambia kwamba kuna mbingu nyingine kuliko ile tunayoona kwa macho yetu ya kimwili.

Kumbukumbu La Torati 10:14 inasema, "Tazama, mbingu ni mali ya BWANA, Mungu wako, na mbingu za mbingu, na nchi, na vitu vyote vilivyomo." na Zaburi 68:33 inasema, "Apandaye mbingu za mbingu za tangu milele; Aitoa sauti yake, sauti ya nguvu." Na mfalme Suleiman alisema katika 1 Wafalme 8:27, „Lakini Mungu je? Hakika atakaa juu ya nchi?" Tazama, mbingu hazikutoshi, wala mbingu za mbingu; sembuse nyumba hii niliyoijenga!"

Mungu alitumia neno ,mbinguni' kuelezea eneo la kiroho, ili tuweze kuelewa kwa urahisi nafasi za eneo la kiroho. ,Mbingu' kwa jumula zimegawanywa katika mbingu nne. Nafasi yote tunayoona kwa macho ikiwemo Dunia, Mfumo wetu wa Jua, Mfumo wa Nyota, na ulimwengu wote zote huitwa mbingu ya kwanza.

Kuanzia mbingu ya pili ni nafasi za kiroho. Bustani ya Edeni na nafasi ya pepo wachafu viko katika mbingu ya pili. Baada ya Mungu kumuumba mwanadamu, pia aliumba Bustani ya Edeni, ambayo ni ile sehemu yenye mwangaza iliyo katika mbingu ya pili. Mungu alimweka mwanadamu ndani ya Bustani na akamruhusu kutiisha na kutawala kila kitu (Mwanzo 2:15).

Kiti cha Enzi cha Mungu kiko katika mbingu ya tatu. Huko ndio ufalme wa mbinguni. Watoto wa Mungu waliopokea wokovu kupitia kuimarishwa kwa mwanadamu watakaa katika ufalme wa mbinguni.

Mbingu ya nne ni ile mbingu ya asili ambapo Mungu alikuwa akikaa peke yake kama Nuru kabla hajagawa nafasi iliyokuwepo. Hii ni nafasi ya ajabu ambapo kila kitu kinatimizwa kulingana na vile Mungu alivyokiweka akilini mwake. Pia ni nafasi inayopita mipaka ya aina yoyote ya wakati na nafasi.

2. Nafasi ya Kimwili na Nafasi ya Kiroho

Ni kwa nini wasomi wengi sana wa Biblia wamejaribu kuitafuta Bustani ya Edeni bila ya mafanikio? Ni kwa sababu Bustani ya Edeni iko katika mbingu ya pili, ambayo ni eneo la kiroho.

Nafasi ambayo Mungu aliitenganisha inaweza kugawanywa katika sehemu mbili nafasi ya kimwili na nafasi ya kiroho. Mungu aliumba ufalme wa mbinguni katika mbingu ya tatu kwa jili ya watoto wake ambao angejipatia kutokana na kuimarishwa kwa mwanadamu, na aliiweka Dunia katika mbingu ya kwanza ili iwe jukwaa la ukuzaji wa mwanadamu.

Mwanzo mlango wa 1 inaeleza kwa ufupi mchakato wa jinsi alivyoumba kwa siku sita. Mungu hakuumba dunia iliyoisha na kamilifu kuanzia mwanzoni. Kwanza aliweka mzingi wa chini na kisha wa angani kupitia miendo fulani katika uso wa nchi na kwa hali za hewa. Mungu alitumia juhudi nyingi kwa muda mrefu sana, wakati mwingine hata ilimbidi aje chini Duniani yeye mwenyewe ili aone jinsi mambo yanavyoendelea, kwa maana Dunia palikuwa ndipo mahali ambapo angejipatia wanawe wapendwa na wa kweli.

Vijusi hukua vikiwa salama katika maji yaliyo kwenye tumbo. Vivyo hivyo, baada ya Dunia kuumbwa na msingi kuwekwa, Dunia yote ilifunikwa na maji mengi sana, na maji haya yalikuwa maji ya uzima yaliyotoka kwenye mbingu ya tatu. Dunia hatimaye ilikuwa tayari kama mahali pa vitu vyote kuishi kutokana na kufunika na maji ya uzima. Kisha Mungu akaanza kuumba.

Nafasi ya Kimwili, Mahali pa Kuimarisha Mwanadamu

Mungu aliposema, „Iwe nuru" siku ya kwanza ya uumbaji, kulikuwa na nuru ya kiroho iliyotoka kwenye kiti cha enzi cha Mungu na kuifunika Dunia. Kwa nuru hii nguvu za milele na asili ya kiungu viliingizwa katika vitu vyote na vitu vyote vilidhibitiwa na sheria za kiasili (Warumi 1:20).

Mungu alitenganisha nuru na giza na akaita nuru ‚mchana', na giza akaliita ‚usiku'. Mungu aliweka sheria kwamba kungekuwa na mchana na usiku na kwamba kutakuwa na mtiririko wa wakati hata kabla hajaumba jua na mwezi.

Siku ya pili, Mungu aliumba anga na akayatenga maji yale yaliyo juu ya anga na yale maji yaliyo chini ya anga. Mungu aliita anga mbingu, ambayo ndiyo anga tunayoiona kwa macho yetu. Sasa, mazingira ya kimsingi yalikuwa yamewekwa ili yaweze kukimu viumbe vyote vyenye uhai. Hewa iliumbwa kwa ajili ya vitu vyenye uhai viweze kupumua; mawingu na anga vilumbwa ili hali ya hewa iweze kutimia.

Maji yaliyo chini ya anga ni yale maji yaliyobaki juu ya uso wa wa Dunia. Hayo ndiyo maji ambayo yangetumika kuunda bahari, maziwa, na mito (Mwanzo 1:9-10).

Maji yaliyo juu ya anga yalihifadhiwa kwa ajili ya Edeni katika mbingu ya pili. Siku ya tatu, Mungu aliyafanya maji ya chini ya anga yakusanyike mahali pamoja yatenge bahari na nchi kavu. Pia aliumba nyasi na mboga.

Ilipofika siku ya nne, Mungu aliumba jua, mwezi, na nyota, na kuziruhusu kutawala mchana na usiku. Siku ya tano aliumba samaki na ndege wa angani. Hatimaye, ilipofika siku ya sita Mungu aliumba wanyama wote na wanadamu.

Nafasi ya Kiroho Isiyoonekana

Bustani ya Edeni iko katika eneo la kiroho la mbingu ya pili, lakini ni tofauti na eneo la kiroho katika mbingu ya tatu. Si eneo kamili la kiroho kwa kuwa linaweza kuwepo pamoja na daraja la kimwili. Kwa kutumia maneno rahisi, ni sehemu iliyo katikati ya mwili na roho. Baada ya Mungu kumuumba mwanadamu kama roho iishiyo alipanda Bustani upande wa mashariki, katika Edeni, na akamleta mwanadamu katika Bustani (Mwanzo 2:8).

Hapa, ,mashariki' hairejelei mashariki inayoonekana. Lina maana maalum ya ,sehemu iliyozungukwa na mataa'. Hadi leo, wasomi wengi wa Biblia walidhani kwamba Bustani ya Edeni ilikuwa mahali fulani karibu na mito ya Frati na Hidekeli, na hata ingawa wamefanya utafiti mwingi na kufanya utafiti mwingi wa kiakiolojia, hawajaweza kupata hiyo Bustani ilikuwa wapi. Hii ni kwa sababu Bustani hiyo, ambamo ndimo alimoishi Adamu aliyekuwa ,roho iishiyo', iko katika mbingu ya pili, ambalo ni eneo la kiroho.

Bustani ya Edeni ni nafasi kubwa sana inayopita akili zetu. Watoto waliozaliwa na Adamu kabla hajatenda dhambi bado wanaishi huko, wakiendelea kuzaana na kuongezeka. Bustani ya Edeni haina mpaka wa nafasi na hivyo haiwezi kuwa na msongamano hata baada ya muda mrefu.

Lakini katika Mwanzo 3:24, tunaweza kusoma kwamba Mungu aliweka makerubi na upanga wa moto uliogeuka huku na huko upande wa mashariki wa Bustani ya Edeni.

Hii ni kwa sababu upande wa mashariki wa Bustani umepakana na sehemu ya giza. Pepo wachafu wakati wote walitaka kuingia katika Bustani ya Edeni kwa sababu kadhaa.

Kwanza, walitaka kumjaribu Adamu na pili walitaka kupata matunda ya mti wa uzima. Walitaka kupata uzima wa milele kwa kula tunda na wampinge Mungu milele. Adamu alikuwa na jukumu la kuilinda Bustani ya Edeni kutokana na nguvu za giza. Lakiini kwa kuwa Adamu alidanganywa na Shetani na kula tunda la mti wa ujuzi wa mema na mabaya, na kutupwa hapa duniani. Makerubi na upanga wa moto vilikuja kuchukua wajibu wake.

Tunaweza kuhitimisha kwamba sehemu ya nuru ambako ndiko kuliko Bustani ya Edeni na sehemu ya giza ya pepo wachafu vinakaa pamoja katika mbingu ya pili. Zaidi ya hayo, katika sehemu ya nuru katika mbingu ya pili, kuna mahali ambapo waumini watasherehekea Karamu Ya Harusi Ya Miaka Saba na Bwana baada ya Kurudi Kwake Mara Pili. Sehemu hiyo inapendeza zaidi kuliko Bustani ya Edeni. Wale wote waliookolewa tangu kuumbwa kwa ulimwengu watahusika. Unafikiri sehemu hiyo itakuwa na ukubwa wa kiasi gani.

Pia kuna mbingu ya tatu na ya nne katika daraja la kiroho, na nitatoa habari za kina juu yake katika Toleo La Pili la Roho, Nafsi, na Mwili. Sababu iliyomfanya Mungu akafanye kuwe na nafasi ya kimwili na ya kiroho na kuziweka katika makundi mbalimbali ya nafasi, ni sisi wanadamu. Hilo lilifanywa katika lengo la kumwimarisha mwanadamu ili ajipatie watoto wa kweli. Sasa, mwanadamu ametengenezwa na nini na kwa namna gani?

3. Wanadamu wenye Roho, Nafsi, na Mwili

Historia ya mwanadamu iliyonakiliwa katika Biblia ilianza na wakati ule Adamu alipofukuzwa hadi hapa duniani kwa sababu ya dhambi yake. Hstoria hii haijumuishi wakati ule Adamu alipoishi katika Bustani ya Edeni.

1) Adamu, Roho Iishiyo/Yenye Uhai

Kumwelewa mwanadamu wa kwanza, Adamu ndio chanzo cha kuelewa mambo ya kimsingi ya mwanadamu. Mungu alimuumba Adamu kama roho yenye uhai kwa ajili ya kumwimarisha mwanadamu. Mwanzo 2:7 inaelezea kuumbwa kwa Adamu: Mwanzo 2:7 inasema, „BWANA Mungu akamfanya mtu kwa mavumbi ya ardhi, akampulizia puani pumzi ya uhai; mtu akawa kiumbe hai."

Kifaa ambacho Mungu alitumia kumuumba Adamu kilikuwa udongo kutoka kwenye ardhi. Hii ilikuwa ni kwa sababu wanadamu wangepitia kipindi cha kuimarishwa hapa duniani (Mwanzo 3:23).

Pia ni kwa sababu mchanga, ambao ni mavumbi kutoka ardhini, utabadilika huka yake kulingana na viungo vilivyoongezwa ndani yake.

Mungu hakuumba tu umbo la mwanadamu kwa mavumbi kutoka ardhini, lakini pia aliumba viungo vya ndani, mifupa, mishipa, na neva. Mfinyanzi stadi aliweza kufinyanga chombo kizuri kwa kutumia udongo mchache na laini. Kwa kuwa Mungu alimuumba mwanadamu kwa mfano wake, basi mwanadamu angekuwa mzuri sana!

Adamu aliumbwa akiwa na ngozi safi nyeupe ya kama maziwa. Alikuwa jitu la miraba minne na mwili wake ulikuwa kamili kuanzia kichwani hadi wayoni. Vilevile viungo vyake vyote na kila seli ya mwili wake, vyote vilikuwa kamili. Alikuwa anapendeza sana. Mungu alipompulizia Adamu pumzi ya uhai , alifanyika kiumbe hai, ambayo ni roho iishiyo. Utaratibu huu unafanana na ule wa balbu iliyotengezwa vizuri ambayo haiwezi kung'aa yenyewe. Inaweza kung'aa na kutoa mwangaza ikiwa tu itaunganishwa na umeme. Moyo wa Adamu ulianza kupiga, damu yake ilianza kuzunguka, na viungo vyake vyote vilianza kufanya kazi baada tu ya kupokea pumzi ya uzima kutoka kwa Mungu. Ubongo wake ulianza kufanya kazi, macho yake yakaona, masikio yake yakasikia, na mwili wake ukaanza kusonga kama alivyotaka baada tu ya kupokea pumzi ya uzima.

Pumzi ya uzima ndicho kiini cha nguvu za Mungu. Pia inaweza kuitwa nishati ya Mungu. Kimsingi ndiyo chanzo cha nguvu za kuendelezea maisha. Baada ya Mungu kumpulizia Adamu pumzi ya uzima, Adamu alianza kuwa na umbo la kiroho ambalo lilifanana kabisa na mwili wake. Kama vile Adamu alivyokuwa na umbo la mwili wake, vile vile roho yake ilikuwa na umbo ambalo lilifanana kabisa na mwili wake. Habari za kina kuhusu umbo la kiroho zitaelezwa katika toleo la pili la kitabu hiki.

Mwili wa Adamu, ambaye wakati huu alikuwa roho iishiyo, ulijumuisha mwili wa nyama usioharibika na mifupa. Mwili ulishikilia roho iliyowasiliana na Mungu na nafsi ambayo ingeisaidia roho. Nafsi na mwili vyote vilitii roho, na kwa njia hii alilitii Neno la Mungu na akawasiliana na Mungu ambaye ni roho.

Lakini wakati alipoumbwa mara ya kwanza, alikuwa na mwili wa mtu mzima aliyekomaa, lakini hakuwa na maarifa yoyote kamwe. Kama vile mtoto anavyoweza kuwa na tabia sahihi na kutekeleza sehemu muhimu katika jamii kupitia kwa elimu pekee, vile vile Adamu alipaswa kuwa na maarifa yafaayo. Kwa hiyo, baada ya kumwelekeza kwenye Bustani ya Edeni, Mungu alimfundisha Adamu maarifa ya kweli na maarifa ya roho. Mungu alimfundisha amani ya vitu vyote katika ulimwengu, sheria za eneo la kiroho, Neno la kweli, na maarifa ya Mungu yasiyokuwa na mpaka. Ndiposa Adamu aliweza kutiisha na kutawala kila kitu.

Kuishi Kwa Muda Usiopimika

Adamu, ambaye ni roho inayoishi, alitawala kila kitu katika Bustani ya Edeni na Duniani kama bwana wa viumbe vyote, huku akiwa na maarifa na hekima ya roho. Mungu alidhani si vyema Adamu kuwa peke yake, na kwa hiyo akamuumbia mwanamke Hawa kwa kutumia ubavu mmoja wa Adamu. Mungu alimuumba kama msaidizi anayemfaa na akawaruhusu wawe mwili mmoja. Sasa, swali ni hili, je, waliishi katika Bustani ya Edeni kwa muda gani?

Biblia haitoi muda maalum, lakini waliishi humo kwa muda usioweza kufikirika. Lakini tunaona katika Mwanzo 3:16 kwamba, „Akamwambia mwanamke, Hakika nitakuzidishia uchungu wako, na kuzaa kwako; kwa uchungu utazaa watoto; hata hivyo, hamu yako itakuwa kwa mumeo, naye atakutawala."

Kwa sababu ya dhambi aliyotenda, Hawa, alilaaniwa na katika laana hiyo uchungu wa kujifungua uliongezeka sana. Kwa maneno mengine, kabla hajalaaniwa, alikuwa amejifungua watoto katika Bustani ya Edeni, lakini alikuwa na uchungu wa mchache tu katika kujifungua. Adamu na Hawa walikuwa roho zinazoishi ambazo hazingezeeka. Kwa hiyo, waliishi kwa muda mrefu sana huku wakizaa na kuongezeka.

Watu wengi wanadhani kwamba Adamu alikula matunda ya ule mti wa ujuzi wa mema na mabaya mara tu baada ya kuumbwa. Watu wengine hata huuliza swali la aina hii ifuatayo: „Kwa kuwa historia ya mwanadamu iliyonakiliwa katika Biblia ni ya muda wa takriban miaka 6,000, basi inakuwaje kwamba tunapata visukuku vyenye umri wa mamia ya maelfu ya miaka?

Historia ya mwanadamu iliyonakiliwa katika Biblia ilianza wakati Adamu alipofukuzwa na kutupwa hapa duniani baada ya kutenda dhambi. Haijumuishi wakati ule alipoishi katika Bustani ya Edeni. Wakati Adamu alipokuwa akiishi katika Bustani ya Edeni, Dunia ilikuwa inapitia mambo mengi kama vile miendo ya uso wa dunia na mabadiliko ya hali ya kijeografia iliyoambatana nayo, na kukua na kufa kabisa kwa viumbe mbalimbali vyenye uhai. Baadhi ya viumbe hivyo viligeuka kuwa visukuku. Kwa sababu hii tunaweza kupata visukuku ambavyo vinachukuliwa kuwa na umri wa mamilioni ya miaka.

2) Adamu Alitenda Dhambi

Mungu alipomweka Adamu katika Bustani ya Edeni, alimkataza kitu kimoja. Alimwambia Adamu asile kutoka kwenye mti wa ujuzi wa mema na mabaya. Lakini baada ya muda mrefu kupita, Adamu na Hawa hatimaye walikula matunda ya ule mti. Wakafukuzwa kutoka katika Bustani ya Edeni hadi Duniani, na kutokea wakati huo ukuzaji wa mwanadamu ukaanza.

Je, ilikuwaje Adamu akatenda dhambi? Kulikuwa na kiumbe aliyetaka yale mamlaka makubwa ambayo Adamu alipokea kutoka kwa Mungu. Kiumbe huyo alikuwa Lusifa, mkuu wa pepo wote wachafu. Lusifa alidhani alikuwa hana budi kupata yale mamlaka kutoka kwa Adamu ili aweze kupigana na Mungu na amshinde. Aliandaa mpango kabambe na akamtumia nyoka, ambaye alikuwa mwerevu.

Kama inavyosema katika Mwanzo 3:1, „Basi nyoka alikuwa mwerevu kuliko wanyama wote wa mwitu aliowafanya BWANA Mungu," nyoka aliumbwa kwa udongo ambao ulikuwa na sifa za ujanja ndani yake.

Kulikuwa na uwezekano mkubwa kwamba nyoka angekubali uovu wa ujanja kutoka na udongo huo kuliko wanyama wote Sifa zake zilichochewa na pepo wachafu na nyoka akawa chombo chao ili wamjaribu mwanadamu.

Pepo Wachafu Wakati Wote Huwajaribu Wanadamu

Adamu wakati huo alikuwa na uwezo mkubwa hivi kwamba alitawala Bustani ya Edeni na Dunia, kwa hiyo haikuwa rahisi nyoka kumjaribu Adamu moja kwa moja. Ndiposa akaamua kumjaribu Hawa kwanza. Nyoka alimuuliza Hawa kwa ujanja, „Ati! Hivi ndivyo alivyosema Mungu, Msile matunda ya miti yote ya bustani?" (kifungu cha 1) Mungu hakumpa Hawa amri yoyote. Amri hiyo alipewa Adamu. Lakini, nyoka alikuwa anauliza kana kwamba Mungu alimpa Hawa amri hiyo moja kwa moja. Jibu la Hawa limenakiliwa akisema, „Matunda ya miti ya bustanini twaweza kula; lakini matunda ya mti ulio katikati ya bustani Mungu amesema, Msiyale wala msiyaguse, msije mkafa." (Mwanzo 3:2-3).

Mungu alisema, „...kwa maana siku utakapokula matunda ya mti huo utakufa hakika" (Mwanzo 2:17). Lakini Hawa alisema, „msije mkafa." Unaweza kufikiria kwamba kuna tofauti ndogo sana katika kauli hiyo, lakini inathibitisha kwamba hakuliweka Neno la Mungu katika moyo wake kwa njia sahihi. Pia ni maneno yanayoonyesha kwamba hakuamini Neno la Mungu kikamilifu. Nyoka alipomuona Hawa analibadilisha Neno la Mungu, akaanza kumjaribu kwa ujasirii zaidi.

Mwanzo 3-4-5 inasema, „Nyoka akamwambia mwanamke, Hakika hamtakufa! kwa maana Mungu anajua ya kwamba siku mtakayokula matunda ya mti huo, mtafumbuliwa macho, nanyi mtakuwa kama Mungu, mkijua mema na mabaya."

Shetani alipokuwa akimchochea nyoka aweke shauku ya kula tunda moyoni mwa Hawa, ule mti wa ujuzi wa mema na mabaya ulionekana tofauti kwake maana imenakiliwa kwamba, „... mti wafaa kwa chakula, wapendeza macho, nao ni mti wa kutamanika kwa maarifa" (kifungu cha 6).

Hawa hakuwa na lengo kamwe la kwenda kinyume cha Neno la Mungu, lakini hamu ilipoanza kuota, hatimaye alikula tunda la ule mti. Kisha akampa mumewe, naye pia akala.

Vijisababu Vya Adamu na Hawa

Katika Mwanzo 3:11, Mungu alimuuliza Adamu, „Je! Umekula matunda ya mti niliyokuagiza usiyale? „

Mungu alijua yote yaliyotendeka, lakini alitaka Adamu akiri makosa yake na atubu. Lakini Adamu akasema, „Huyo mwanamke uliyenipa awe pamoja nami ndiye aliyenipa matunda ya mti huo, nikala." Hapa Adamu anajaribu kusema kwamba kama Mungu asingempa yule mwanamke, basi asingekuwa amefanya jambo kama hilo. Badala ya kutambua makosa yake, alitaka tu kukwepa matokeo ya hali hiyo. Bila shaka Hawa ndiye aliyempa Adamu tunda ale. Lakini, Adamu alikuwa kichwa cha mwanamke kwa hiyo angewajibika kwa yale yaliyotokea.

Sasa, Mungu akamuuliza yule mwanamke katika Mwanzo 3:13, „Nini hili ulilolifanya?" Hata kama Adamu angebeba lawama, Hawa asingeeipuka dhambi aliyotenda. Lakini yeye pia alimlaumu nyoka kwa kusema, „Nyoka alinidanganya, nikala." Sasa nini kilitokea kwa Adamu na Hawa walitenda dhambi hizi?

Roho ya Adamu Ilikufa

Mwanzo 2:17 inasema, „…lakini matunda ya mti wa ujuzi wa mema na mabaya usile, kwa maana siku utakapokula matunda ya mti huo utakufa hakika."

Hapa, ,kufa' kulikotajwa na Mungu si kufa kimwili, lakini ni kufa kiroho. Kufa kwa roho ya mtu hakumaanishi kwamba roho ya mwanadamu inapotea kabisa. Kunamaanisha mawasiliano na Mungu yanakatika na hayaweza kufanyika tena. Bado roho ipo, lakini haiwezi kupokea tena mambo ya kiroho kutoka kwa Mungu. Hali hii haikuwa tofauti na kufa.

Kwa kuwa roho ya Adamu na ya Hawa zilikuwa zimekufa, Mungu hangewaruhusu kukaa katika Bustani ya Edeni, ambayo ilikuwa katika eneo la kiroho. Mwanzo 3:22 inasema, „BWANA Mungu akasema, Basi, huyu mtu amekuwa kama mmoja wetu, kwa kujua mema na mabaya; na sasa asije akanyosha mkono wake akatwaa matunda ya mti wa uzima, akala, akaishi milele; 23kwa hiyo BWANA Mungu akamtoa katika bustani ya Edeni, ailime ardhi ambayo katika hiyo alitwaliwa."

Mungu alisema, „mtu amekuwa kama mmoja wetu" na hapa haimaanishi kuwa Adamu kwa kweli alikuwa kama Mungu. Inamaanisha Adamu mbeleni alikuwa anajua kuhusu ukweli peke yake, lakini kama vile Mungu anavyojua ukweli na uwongo, Adamu pia kutokea hapo alianza kujua uwongo. Matokeo yake, yakawa Adamu aliyekuwa wakati mmoja roho iishiyo, sasa alikuwa amerudi katika mwili. Alikuwa hana budi kukabiliana na mauti. Alikuwa hana budi kurudi hapa duniani alipoumbwa na Mungu. Mtu wa mwili hawezi kuishi katika nafasi ya kiroho. Zaidi ya hayo, kama Adamu angekkula matunda ya mti wa uzima angeishi milele. Kwa hiyo Mungu asingeweza kumruhusu tena kuishi katika Bustani ya Edeni.

3) Kurudi Kwenye Nafasi Ya Kimwili

Baada ya Adamu kumwasi Mungu na kula tunda la mti wa ujuzi wa mema na mabaya, kila kitu kilibadilika. Alifukuzwa hadi Duniani, nafasi ya kimwili, na angeweza kupata mavuno tu kupitia kazi ngumu na jasho lake. Pia kila kitu kilikuwa chini la laana, na mazingira mazuri yaliyokuwepo wakati wa uumbaji wa Mungu hayakuwepo tena.

Mwanzo 3:17 inasema, „Akamwambia Adamu, Kwa kuwa umeisikiliza sauti ya mke wako, ukala matunda ya mti ambao nilikuagiza, nikisema, Usiyale; ardhi imelaaniwa kwa ajili yako; kwa uchungu utakula mazao yake siku zote za maisha yako."

Kutokana na kifungu hiki tunaweza kuona kwamba, kutokana na dhambi ya Adamu, si Adamu mwenyewe tu, lakini kila kitu hapa duniani, yaani mbingu yote ya kwanza ilipokea laana. Vitu vyote Duniani vilikuwa vinakaa kwa amani lakini kutokea hapo mpangilio mwingine wa sheria ya kimwili ulianzishwa. Kutokana na laana hiyo, kulianza kuwa na viini na virusi, na wanyama na mimea pia ikaanza kubadilika.

Katika Mwanzo 3:18 Mungu aliendelea kumwambia Adamu, „Michongoma na miiba itakuzalia." Mimea haiwezi kumea vizuri kwa sababu ya miiba na michongoma, kwa hiyo Adamu angeweza kula tu mazao ya ardhi kupitia kwa kazi ngumu. Ardhi ilipolaaniwa, miti isiyohitajika pamoja na mimea ilianza kuwepo.

Wadudu wanaodhuru pia walianza kuwepo. Sasa alikuwa hana budi kuondoa vitu hivyo vibaya ndipo aweze kulima ardhi ili iwe shamba zuri.

Hitaji la Moyo wa Kulima

Kama vile Adamu alivyokuwa hana budi kuilima ardhi, hali sawa na hiyo ilikuwepo ambapo mwanadamu sasa alikuwa hana budi kupitia ukuzaji wa mwanadamu hapa duniani. Kabla mwanadamu hajatenda dhambi, alikuwa na moyo msafi usiokuwa na mawaa ambao ulikuwa na maarifa ya roho pekee. Mwanzo 3:23 inasema, „...kwa hiyo BWANA Mungu akamtoa katika bustani ya Edeni, ailime ardhi ambayo katika hiyo alitwaliwa." Kifungu hiki kinamlinganisha Adamu, ambaye aliumbwa kutoka mavumbini, na mavumbi yenyewe aliyoumbwa kwayo. Inamaanisha sasa alikuwa hana budi kuulima moyo wake.

Kabla hajatenda dhambi, hakuwa na haja ya kuulima moyo wake, kwa kuwa hakuwa na uovu wowote moyoni mwake.

Lakini baada ya kuasi kwake, adui ibilisi Shetani alianza kumdhibiti mwanadamu. Alianza kupanda mambo mengi zaidi ya kimwili katika moyo wa mwanadamu. Alipanda chuki, hasira, kiburi, uzinzi, n.k. Mambo haya yote yalianza kukua pamoja na miiba na michongoma moyoni mwake. Mwanadamu akaendelea sana kutiwa mawaa na mwili.

‚Kuilima ardhi ambayo tulitolewa kwayo' kunamaanisha kwamba tunapaswa kumpokea Yesu Kristo; tunapaswa kutumia Neno la Mungu kutupilia mbali mwili uliopandwa mioyoni mwetu; ni lazima tuipate tena ile hali yetu ya kiroho. Bila hivyo, inamaanisha tuna ‚roho iliyokufa' na hatuwezi kuufurahia uzima wa milele na hatutaufurahia kamwe tukiwa na roho iliyokufa. Sababu inayofanya wanadamu waimarishwe hapa duniani ni kuimarisha mioyo yetu ya nyama ili tuweze kupata tena moyo safi, na wa kiroho. Moyo huu ni ule ule uliokuwa na Adamu kabla hajaanguka.

Kufukuzwa kwa Adamu kutoka Bustani Ya Edeni na kuja kuishi hapa duniani yalikuwa mabadiliko makubwa sana. Hili ni jambo la uchungu mwingii na kuchanganyikiwa hata kuliko mwana wa mfalme wa taifa kubwa anavyoweza kuhisi kama kwa ghafula angegeuka na kuwa mtu wa kawaida. Pia Hawa sasa alikuwa hana budi kuhisi uchungu mkali wakati wa kujifungua.

Wakati walipokuwa wakiishi katika Bustani Ya Edeni, hakukuwa na kifo. Lakini sasa walikuwa hawana budi kufa wakati wanaishi katika ulimwengu huu wa kimwili utakaoharibika na kuoza. Mwanzo 3:19 inasema, „kwa jasho la uso wako utakula chakula, hata utakapoirudia ardhi, ambayo katika hiyo ulitwaliwa; kwa maana u mavumbi wewe, nawe mavumbini utarudi." Kama ilivyoandikwa, sasa walikuwa hawana budi kufa.

Bila shaka, roho ya Adamu ilitoka kwa Mungu, na haiwezi kufa kabisa. Mwanzo 2:7 inasema, „BWANA Mungu akamfanya mtu kwa mavumbi ya ardhi, akampulizia puani pumzi ya uhai; mtu akawa kiumbe hai." Pumzi ya uzima ina tabia ya Mungu ya umilele.

Lakini roho ya Adamu haikuwa inafanya kazi tena. Kwa hiyo, nafsi ilichukua nafasi kama mtawala wa mwanadamu na kuudhibiti mwili wake. Kuanzia wakati huo, Adamu alikuwa hana budi kuzeeka na hatimaye kukumbana na mauti kulingana na mpangilio wa ulimwengu wa kimwili. Alikuwa hana budi kurudi mavumbini.

Wakati huo, ingawa Dunia ilikuwa imelaaniwa, dhambi na uovu havikuwa vimeenea kama leo, na kwa hiyo Adamu akaishi kwa miaka 930 (Mwanzo 5:5).

Lakini kadri muda ulivyosonga watu walizidi sana kuwa waovu . Matokeo yake, ikawa ni maisha kufupishwa. Baada ya Adamu na Hawa kuja hapa duniani kutoka Bustani Ya Edeni, walikuwa hawana budi kujizoeza mazingira mapya. Zaidi ya yote, iliwabidi waishi kama wanadamu wenye mwili, si kama roho zenye uhai. Kila walipofanya kazi, walichoka, hivyo wakawa hawana budi kupumzika. Walianza kuambukizwa magonjwa na wakaugua. Mfumo wao wa kusaga chakula tumboni ulibadilika kadri lishe yao ilivyobadilika. Iliwabidi kwenda haja kubwa baada ya kula. Kila kitu kilibadilika. Uasi wa Adamu haukuwa jambo dogo kamwe. Uasi huo ulimaanisha dhambi iliwaingia wanadamu wote. Adamu na Hawa na uzao wao wote hapa duniani walianza kuishi maisha yao ya kimwili wakiwa na roho zao zilizokufa.

Sura ya 3
Wanadamu katika Nafasi ya Kimwili

Mwili ni ile asili iliyochanganywa na dhambi,
na hivyo kuna uwezekano mkubwa wa wanadamu kutenda dhambi katika nafasi ya kimwili.
Hata hivyo, katika kilindi cha mwanadamu kuna
mbegu ya uzima inayotolewa na Mungu.
Kwa kutumia mbegu hii ya uzima wanadamu wanaweza kuimarishwa.

1. Mbegu ya Uzima

2. Jinsi Mwanadamu Anavyoanza Kuwako

3. Dhamiri

4. Kazi za Mwili

5. Ukuzaji

Adamu na Hawa walizaa watoto wengi hapa duniani. Ijapokuwa roho zao zilikuwa zimekufa, Mungu hakuwaacha. Aliwafundisha kuhusu mambo yaliyokuwa muhimu kwa maisha yao ya duniani. Adamu aliwafundisha watoto wake ukweli huu, kwa hiyo Kaini na Habili walijua vizuri kwamba walipaswa kutoa sadaka kwa Mungu.

Baada ya muda Kaini alimtolea Mungu sadaka ya mazao ya shambani, lakini Habili akamtolea Mungu sadaka ya damu jinsi Mungu alivyotaka. Mungu alipoikubali sadaka ya Habili peke yake, badala ya Kaini kuona makosa yake na kutubu, yeye alimuonea wivu Habili hata akamwuakiasi cha kumuua.

Kadri muda ulivyosonga, dhambi ilizidi kuongezeka zaidi, hadi kufikia wakati wa Nuhu, dunia nzima ilijaa vurugu kiasi kwamba Mungu hatimaye aliuadhibu ulimwengu wote kwa maji. Lakini Mungu alikuwa amemruhusu Nuhu na wanawe watatu waanzishe aina mpya ya wanadamu. Sasa, ni nini kilitokea kwa wanadamu waliokuja kuishi hapa duniani?

1. Mbegu ya Uzima

Baada ya Adamu kutenda dhambi, mawasiliano yake na Mungu yalikatika. Nguvu zake za kiroho zilivuja kutoka kwake na nguvu za kimwili zikamwingia na kufunika mbegu ya uzima ndani yake.

Mungu alimuumba Adamu kutokana na mavumbi ya ardhi. Katika Kiebrania ‚Adamah' maana yake ni ardhi au dunia. Mungu alimuumba mwanadamu kwa udongo na akampulizia puani pumzi ya uzima. Katika kitabu cha Isaya pia kinasema kwamba mwanadamu ‚aliumbwa kwa udongo'.

Katika Isaya 64:8 Biblia inasema, „Lakini sasa, Ee BWANA, wewe u baba yetu; sisi tu udongo, nawe u mfinyanzi wetu; sisi sote tu kazi ya mikono yako."

Muda mfupi baada ya kuanzisha kanisa hili, Mungu alinionyesha maono. Katika maono hayo nilimuona Mungu akimuumba Adamu kwa udongo. Vifaa alivyotumia Mungu ni mchanga uliochanganywa na maji, yaani udongo. Hapa, maji ni Neno la Mungu (Yohana 4:14). Mchanga na maji vilipochanganyika na kisha kuingiwa na pumzi ya uzima, damu, ambayo ndiyo uhai ilianza kuzunguka na akawa kiumbe hai (Walawi 17:14).

Pumzi ya uzima ina nguvu za Mungu ndani yake. Kwa kuwa inatoka kwa Mungu, pumzi hiyo haiwezi /kufa. Biblia haisemi tukwamba Adamu alifanyika mtu. Inasema alifanyika kiumbe hai. Hiyo ni kusema kwamba alikuwa roho iishiyo. Angekuwa ameishi milele kwa pumzi ya uzima hata ingawa alikuwa ameumbwa kwa udongo wa ardhi. Kutokana na haya tunaweza kuelewa maana ya kifungu cha Yohana 10:34-35 kinachosema, Yesu akawajibu, Je! Haikuandikwa katika torati yenu ya kwamba, Mimi nimesema, Ndinyi miungu? Ikiwa aliwaita miungu wale waliojiwa na neno la Mungu; (na maandiko hayawezi kutanguka)..."

Kama alivyoumbwa, hapo mwanzo mwanadamu aliweza kuishi milele bila kufa kimwili. Ingawa roho ya Adamu ilikuwa imekufa kutokana na uasi wake, katika kilindi chake kuna mbegu ya uzima inayotolewa na Mungu. Ni mbegu ya milele na kwa hiyo mtu yeyote anaweza kuzaliwa mara ya pili kama mwana wa Mungu.

Mbegu ya uzima inayopewa kila mtu

Mungu alipomuumba Adamu, aliweka ndani yake mbegu isiyoweza kuharibika ndani yake. Mbegu ya uzima ndiyo mbegu ya asili ambayo Mungu aliipanda katika roho ya Adamu, ambayo ndiyo kiini cha roho yake. Ndiyo asili ya roho, chanzo cha nguvu za kumtafakari Mungu na kutekeleza wajibu wa mwanadamu.

Katika mwezi wa sita wa ujauzito Mungu hutoa mbegu ya uzima pamoja na roho ya mtu kwenye kijusi. Katika mbegu hii ya uzima kuna moyo na nguvu za Mungu ili wanadamu waweze kuwasiliana na Mungu. Watu wengi ambao hawaamini kwamba kuna Mungu bado wana woga au wasiwasi kuhusu maisha baada ya kufa au hawawezi kumkana Mungu katika vilindi vya mioyo yao, kwa sababu wana mbegu ya uzima katika vilindi vya mioyo yao.

Piramidi na vitu vingine vya ukumbusho vina dhana za watu juu ya uzima wa milele na matumaini yao ya kupata makao ya milele ya kupumzika. Hata mtu yule hodari zaidi bado huogopa kifo kwa sababu mbegu ya uzima ndani yake inatambua uzima ujao.

Kila mtu ana mbegu ya uzima inayotolewa na Mungu, na anamtafuta Mungu katika asili yake (Mhubiri 3:11). Mbegu ya uzima hutenda kama moyo wa mwanadamu, na kwa hiyo ina uhusiano wa moja kwa moja na uzima wa kiroho. Damu huzunguka ili kuupa mwili hewa ya oksijeni na lishe. Asante kwa kazi hiyo inayofanywa na moyo. Vivyo hivyo, ikiwa mbegu ya uzima itaamshwa ndani ya mwanadamu, roho yake pia itatiwa nguvu na kisha anaweza kuwasiliana na Mungu. Kinyume chake, ikiwa roho yake imekufa, mbegu ya uzima haifanyi kazi na mtu hawezi kuwasiliana moja kwa moja na Mungu.

Mbegu ya Uzima ndiyo Kiini cha Roho

Adamu alijaa maarifa ya ukweli aliyofunzwa na Mungu. Mbegu ya uzima ndani yake ilikuwa inafanya kazi kikamilifu. Alijaa nguvu ya kiroho. Alipata hekima nyingi kiasi kwamba aliweza kuvipa majina viumbe vyote na akaishi kama bwana wa viumbe vyote, akivitawala. Lakini baada ya kutenda dhambi, mawasiliano yake na Mungu yalikatika. Nguvu yake ya kiroho

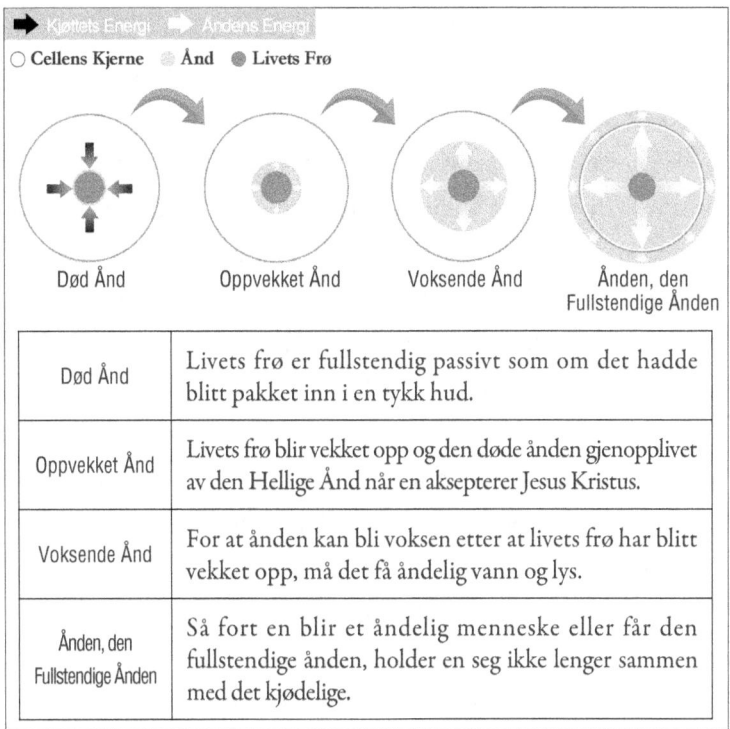

Død Ånd	Livets frø er fullstendig passivt som om det hadde blitt pakket inn i en tykk hud.
Oppvekket Ånd	Livets frø blir vekket opp og den døde ånden gjenopplivet av den Hellige Ånd når en aksepterer Jesus Kristus.
Voksende Ånd	For at ånden kan bli voksen etter at livets frø har blitt vekket opp, må det få åndelig vann og lys.
Ånden, den Fullstendige Ånden	Så fort en blir et åndelig menneske eller får den fullstendige ånden, holder en seg ikke lenger sammen med det kjødelige.

pia ilianza kuvuja kutoka kwake. Mahali pa nguvu zake za kiroho palichukuliwa na nguvu ya kimwili moyoni mwake na nguvu ya kimwili ikafunika mbegu ya uzima. Kuanzia wakati huo, mbegu ya uzima ilipoteza mwangaza wake pole pole na hatimaye ikawa haifanyi kazi kabisa.

Kama vile maisha ya mtu yanavyoisha wakati moyo wake unapoacha kudunda, roho ya Adamu pia ilikufa wakati mbegu ya uzima ilipoacha kufanya kazi. Kufa kwa roho yake kunamaanisha mbegu yake ya uzima iliacha kufanya kazi kabisa, kwa hiyo ile mbegu ikawa sawa na iliyokufa. Kwa hiyo, kila mtu katika nafasi yake ya kimwili anazaliwa na mbegu ya uzima ambayo haifanyi kazi kamwe.

Wanadamu hawajaweza kuepuka kifo tangu kuanguka kwa Adamu. Ili waweze kupata uzima wa milele tena, walikuwa hawana budi kutatua tatizo la dhambi kwa msaada wa Mungu ambaye ni Nuru. Yaani, inawabidi wampokee Yesu Kristo na wapokee msamaha wa dhambi. Ili roho zetu ziweze kufufuliwa, Yesu alikufa msalabani na akazibeba dhambi za wanadamu wote. Alifanyika njia, kweli, na uzima, ambapo kupitia kwake wanadamu wote wanaweza kupata uzima wa milele. Tunapompokea huyu Yesu kama mwokozi wetu binafsi, tunaweza kusamehewa dhambi zetu na kufanyika watoto wa Mungu kwa kumpokea Roho Mtakatifu.

Roho Mtakatifu huiamsha mbegu ya uzima iliyo ndani yetu. Huku ndiko kufufuliwa kwa roho iliyokufa ndani yetu. Kuanzia wakati huu, mbegu ya uzima ambayo ilikuwa imepoteza nuru yake huanza kung'aa tena. Kwa hakika haiwezi kung'aa kabisa kama ilivyokuwa ndani ya Adamu, lakini ukali wa nuru yake unaweza kuwa na nguvu zaidi wakati kiwango cha imani ya mtu kinapoongezeka na roho yake kukua na kukomaa.

Kadri mbegu ya uzima inavyojazwa Roho Mtakatifu, ndivyo nuru inavyoangaza kwa nguvu zaidi, na ile nuru itokayo kutoka katika mwili wa kiroho kuwa na nguvu zaidi. Kiwango kile ambacho mtu anaweza kujijaza maarifa ya kweli, ndivyo anavyoweza kupata tena mfano wa Mungu aliopoteza, na kuwa mtoto wa kweli wa Mungu.

Mbegu ya Uzima ya Kimwili

Zaidi ya mbegu ya uzima ya kiroho, ambayo ni kama kiini cha roho, pia kuna mbegu ya uzima ya kimwili. Hii ni manii na yai la mwanamke. Mungu aliutengeneza mpango wa ukuzaji wa wanadamu ili apate watoto wa kweli ambao angewashirikisha upendo wake. Na ili aweze kutekeleza mpango huu, aliwapa wanadamu mbegu ya uzima ili waweze kuongezeka na kuijaza dunia. Nafasi ya kiroho anapokaa Mungu haina mpaka, na panaweza kuwa mahali pa upweke na kama mahame endapo hapana mtu yeyote. Ndiposa Mungu alimuumba Adamu kama roho iishiyo na kumruhusu kuongeza kutoka kizazi kimoja hadi kingine ili Mungu ajipatie watoto wengi.

Aina ya mtoto ambaye Mungu anataka ni mtu ambaye roho yake iliyokufa imefufuliwa, ambaye anaweza kuwasiliana na Mungu, na atakayeweza kushiriki upendo pamoja naye milele katika ufalme wa mbinguni. Ili Mungu aweze kupata watoto wa kweli kama hao, anampa kila mtu mbegu ya uzima na amekuwa akiwaimarisha wanadamu tangu wakati wa Adamu. Daudi aliutambua upendo huu wa Mungu na mpango wake na akasema, ‚Nitakushukuru kwa kuwa nimeumbwa Kwa jinsi ya ajabu ya kutisha. Matendo yako ni ya ajabu, Na nafsi yangu yajua sana' (Zaburi 139:14).

2. Jinsi Mwanadamu Anavyoanza Kuwa

***Mwanadamu hawezi kukuzwa kutoka kwa mwanadamu mwingine pasipo kujamiana. Hata wakitoa nakili rudufu ya umbo la nje la , bado hatakuwa mwanadamu kamili kwa sababu haitakuwa na roho. Kiumbe anayekuzwa pasi na kujamiana hatakuwa tofauti na mnyama.

Mimba huchukuliwa pale ambapo mbegu za uzazi za mwanaume na yai la mwanamke huungana. Ili kuendeleza umbo la mwanadamu kikamilifu, kijusi huwa tumboni kwa miezi tisa. Tunaweza kuuhisi uwezo wa ajabu wa Mungu tukizingatia utaratibu wa ukuaji tangu kuchukuliwa kwa mimba yake hadi mimba kukomaa.

Katika mwezi wa kwanza, mfumo wa neva huanza kukua. Kazi za kimsingi hufanywa ili damu, mifupa, misuli, vena, na viungo vya ndani viweze kutengenezwa. Katika mwezi wa pili, moyo huanza kupiga na kuchukua umbo ghafila nje la mwanadamu. Kwa wakati huu kichwa, miguu na mikono inaweza kutambulika. Katika mwezi wa tatu kichwa hutengenezwa. . Kinaweza kusongesha kichwa chake, mwili wake, na miguu na mikono yake chenyewe, na viungo vya jinsia pia hukua.

Kutoka mwezi wa nne mji hukamilika, hivyo ugavi wa lishe huongezeka, na urefu na uzito wa kijusi huongezeka kwa haraka. Viungo vyote ambavyo huendeleza mwili na uzima hutenda kazi kama kawaida. Misuli hukua kutoka mwezi wa tano na uwezo wa kusikia pia hukua na kinaweza kusikia sauti. Katika mwezi wa sita viungo vya usagaji hukua hivyo ukuaji huwa wa haraka zaidi. Katika mwezi wa saba nywele huanza kumea kichwani, na mapafu hukua, hivyobasi huanza kupumua.

Viungo vya jinsia na uwezo wa kusikia hukamilika katika mwezi wa nane. Kijusi kinaweza hata kusikia sauti ya nje na kutoa mjibizo. Katika mwezi wa tisa, nywele huwa nene zaidi, malaika laini mwilini huondoka na miguu na mikono huwa minene. Baada ya miezi tisa kukamilika, mtoto wa kiwango cha wastani wa urefu wa 50cm na uzani wa 3.2kg huzaliwa.

Kijusi ni Maisha ambayo ni Ya Mungu

Kutokana na maendeleo ya kisayansi leo, watu wengi wana hamu kubwa ya kukuza viumbe hai bila viumbe kujamiiana. Lakini, kama ilivyoelezwa hapo awali, hata sayansi iendelee namna gani, mwanadamu hawezi kuumbwa bila kujamiiana. Hata kama kinaweza kuumbwa bila kujamiiana kinaweza kuwa na muonekano wa nje wa mwanadamu, lakini hakitakuwa na roho. Na bila roho kitakuw hakina tofauti na mnyama.

Katika utaratibu wa ukuaji wa mwanadamu, tofauti na wanyama wengine wote, kuna wakati fulani ambapo mwandamu hupewa roho. Katika mwezi wa sita wa uja-uzito, kijusi huwa na viungo kadhaa, uso, miguu na mikono. Kinakuwa chombo kinachoweza kubeba roho yake. Katika hatua hii Mungu humpa mwanadamu mbegu ya uzima pamoja na roho yake. Biblia inarekodi ambayo tunaweza kuthibitishia ukweli huu. Ni rekodi ya kijusi cha miezi sita tumboni kutoa mjibizo.

Luka 1: 41-44 inasema, „Ikawa Elisabeti aliposikia kule kuamkia kwake Mariamu, kitoto kichanga kikaruka ndani ya tumbo lake; Elisabeti akajazwa Roho Mtakatifu. Akapaza sauti kwa nguvu akasema, Umebarikiwa wewe katika wanawake, naye mzao wa tumbo lako amebarikiwa. Limenitokeaje neno hili, hata mama wa Bwana wangu anijilie mimi? Maana sauti ya kuamkia kwako ilipoingia masikioni mwangu, kitoto kichanga kikaruka kwa shangwe ndani ya tumbo langu."

Haya yalifanyika pnnde tu baada ya Yesu kutungwa tumboni mwake bikira Mariamu na alikuwa ameenda kumtembelea Elisabeti ambaye alikuwa ametunga mimba ya Yohana Mbatizaji kwa miezi sita kabla. Akiwa tumboni mwa mamake, Yohana Mbatizaji aliruka kwa furaha pale Bikira Mariamu alipofika. Alimtambua Yesu tumboni mwa Mariamu na akajazwa Roho. Kijusi si maisha tu bali pia ni kiumbe cha kiroho ambacho kinaweza kujazwa Roho kutoka mwezi wa sita wa uja-uzito. Mwanadamu ni kiumbe wa Mungu tokea wakati wa kutungwa mimba. Mungu pekee ndiye mwenye mamlaka juu ya maisha. Kwa hivyo, hatupaswi kuavya mimba namna tunavyotaka au tunavyoona ni muhimu, hata kama kijusi hakina roho bado.

Kipindi cha miezi tisa ambapo kijusi kinakua tumboni ni muhimu sana. Kinagaviwa kila kinachohitaji kwa ukuaji wake kutoka kwa mamake, hivyo ni lazima mama awe na lishe bora.

Hisia na mawazo aliyo nayo mama huathiri uumbaji wa tabia, utu, na akili za kijusi. Ndivyo ilivyo katika kiroho. Watoto wa kina mama ambao wanautumikia ufalme wa Mungu na kuomba kwa bidii kwa jumla wanazaliwa na tabia ya upole, na wanakua na hekima na afya.

Mamlaka juu ya maisha ni ya Mungu pekee, lakini haingilii kati utaratibu wa mimba, kuzaliwa na kukua kwa mtu. Uasilia wa ndani huamuliwa kupitia kwa nguvu za uhai zilizopo kwenye mbegu na yai la wazazi. Vipengele viingine vya tabia hupatikana na kukuzwa kulingana na mazingira na athari nyingine.

Kuingilia Kati Maalum kwa Mungu

Kuna nyakati fulani ambazo Mungu huingilia kati utungaji wa mimba na kuzaliwa kwa mtu. Kwanza, ni pale wazazi wanapompendeza Mungu kwa imani na kuomba kwa bidii. Hana, mwanamke aliyeishi nyakati za Waamuzi, aliishi kwa uchungu na kuugua kwa vile hangepata mtoto, na alikuja mbele za Mungu na akaomba kwa bidii. Aliweka nadhiri kuwa, ikiwa Mungu angempa mtoto wa kiume, angemtoa mtoto huyo mbele za Mungu.

Mungu alisikia ombi lake na akambariki hata akatunga mimba ya mtoto wa kiume. Na kama alivyoapa, alimpeleka mwanawe Samueli kwa kuhani mara tu alipomwachisha kunyonya na akamtoa awe mtumishi wa Mungu. Samueli aliwasiliana na Mungu tokea utotoni na baadaye akawa nabii mkuu wa Israeli. Hana alipotimiza nadhiri yake, Mungu alimbariki na wana watatu zaidi wa kiume na wasichana wawili (1Samueli 2:21)

Pili, Mungu huingilia kati maisha ya wale wametengwa kwa minajili ya kazi za Mungu. Ili tuweze kKuelewa jambo hili, ni lazima tuelewe tofauti iliyopo kati ya 'kuchaguliwa' na 'kutengwa'. Ni kwa uchaguzi wa Mungu wakati Mungu anapoweka mifumo fulani, na bila ubaguzi huchagua kila anayekuwa katika mipaka ya mifumo hiyo. Kwa mfano, Mungu aliweka mfumo wa wokovu na huokoa kila mmoja anayeingia katika mipaka ya mfumo huo. Kwa hivyo, wale wanaopokea wokovu kwa kumkubali Yesu Kristo na kuishi kwa Neno la Mungu wanasemekana kuwa 'Wamechaguliwa'.

Watu wengine wanaelewa vibaya kwamba Mungu tayari ashaamua wale ambao wataokoka na wale ambao hawataokoka. Wanasema kuwa ukimkubali Bwana tu, Mungu kwa namna fulani atafanya kazi hata uokolewehata kama hutaishi kwa Neno la Mungu. Lakini wazo hili ni potofu.

Kila mtu ambaye, kwa hiari yake, akiamini kwa mifumo ya wokovu atapokea wokovu. Yaani, wote 'wamechaguliwa' na Mungu. Lakini wale amabao hawaji kwenye mifumo ya wokovu, ama wale ambao walikuwapo katika mipaka yake na kisha wakaondoka kwa kuupenda ulimwengu na kwa kujua na kutaka wakatenda dhambi, hawawezi kuokolewa isipokuwa kwa uacha njia zao.

Basi ‚kutengwa' ni nini? Ni pale Mungu ambaye anafahamu vyote na hupanga vyote kutoka zamani, anapomchagua mtu fulani na kudhibiti mienendo yake yote maishani. Kwa mfano, Ibrahimu; Yakobo, baba wa Waisraeli wote; na Musa kiongozi wa Kutoka. Wote walitengwa na Mungu ili watekeleze majukumu maalum waliyopewa na Mungu katika amri yake.

Mungu anajua kila kitu. Katika majaliwa yake ya ukuzaji wa mwanadamu anajua ni mtu wa aina gani anapaswa kuzaliwa wakati upi katika historia ya binadamu. Ili apate kutimiza mipango yake, yeye huchagua watu fulani na kuwaruhusu watekeleze majukumu makuu. Kwa wale wanaotengwa namna hii, Mungu huingilia kati kila wakati wa maisha yao tokea kuzaliwa kwao.

Warumi 1: 1 inasema, „Paulo, mtumwa wa Kristo Yesu, aliyeitwa kuwa mtume, na kutengwa aihubiri Injili ya Mungu." Kama Ilivyosemwa, mtume Paulo alitengwa kama mtume wa kueneza injili kwa mataifa. Kwa vile alikuwa na moyo wa ujasiri na usiobadilika, alitengwa ili apitie mateso makuu yasiyoweza kufikirika. Pia alipewa jukumu na wajibu wa kuandika vitabu vingi zaidi vya Agano Jipya. Ili atimize jukumu kama hili, Mungu pia alimruhusu asome Neno la Mungu vizuri kutoka utotoni chini ya msomi bora zaidi wa wakati huo, Gamalieli.

Yohana mbatizaji pia alitengwa na Mungu. Mungu aliingilia kati kutungwa kwa mimba yake, na Mungu alimwacha aishi aina tofauti ya maisha tangu utotoni mwake. Aliishi jangwani peke yake bila kuingiliana na ulimwengu. Alivaa vazi la singa za ngamia na mshipi wa ngozi kiunoni mwake; na chakula chake kilikuwa nzige na asali ya mwitu. Kwa namna hii alimwandalia Yesu njia.

Hivi ndivyo ilivyokuwa hata kwa Musa. Mungu aliingilia kati tangu kuzaliwa kwa Musa. Alitupwa mtoni lakini akaokotwa na binti mfalmena akawa mwana wa kifalme. Lakini alilelewa na mamake mwenyewe ili apate kujifunza kuhusu Mungu na kuhusu watu wake mwenyewe. Kama mwana wa kifalme wa Misri pia alipata kujifunza maarifa yote ya ulimwengu. Kama ilivyoelezwa, kutengwa ni pale ambapo Mungu kwa ukuu wake anadhibiti maisha ya mtu fulani, akijua ni aina gani ya mtu atayezaliwa na ni wakati upi wa historia.

3. Dhamiri

Ili mwanadamu aweze kumtafuta na kukutana na Mungu muumba, na kuurejesha mfano wa Mungu, na kuwa kiumbe wa thamani kwa kiasi kikubwa sana inategemea aina ya dhamiri aliyo nayo mtu.

Mbegu za uzazi na yai la wazazi zina nguvu za uzima ambazo hurithishwa watoto. Ndivyo ilivyo na dhamiri. Dhamiri ni kigezo cha kuhukumu baina ya mema na mabaya. Ikiwa wazazi wameishi maisha mazuri na kuwa na uwanja mzuri wa moyo, kuna uwezekano mkubwa kuwa watoto watakaozaliwa watakuwa na dhamiri nzuri. Kwa hivyo, jambo la msingi la kuamua dhamiri ya mtu ni aina ya nguvu za uzima alizorithi kutoka kwa wazazi wake.

Lakini hata ingawa wanazaliwa na nguvu nzuri za uzima za wazazi, ikiwa watalelewa kwenye mazingira yasiyofaa, kuona na kusikia mambo mengi maovu na kupanda maovu ndani yao, basi, ni dhahiri kuwa dhamiri yao itachafuka kwa maovu. Kwa upande mwingine, wale wanaolelewa kwenye mazingira mazuri, kwa kuona na kusikia mambo mazuri, ni dhahiri kuwa watakuwa na dhamiri nzuri.

Kuumbwa kwa Dhamiri

Dhamiri tofauti huundwa kulingana na wazazi waliomzaa mtu, mazingira aliyolelewa mtu, vitu anavyoona, anavyosikia na kujifundisha, na juhudi anazotia mtu ili atende mema. Hivyo, wale wanaozaliwa na wazazi wazuri na kulelewa katika mazingira mazuri, nakujidhibiti kawaida hutafuta mema kwa kufuata dhamiri zao. Kwao wao, ni rahisi kuikubali injili na kubadilika kwa kufuata ukweli.

Kwa jumla, watu wanaweza kufikiria kuwa dhamiri ni sehemu nzuri ya moyo wetu lakini mbele za Mungu sio. Watu wengine wana dhamiri nzuri na Kwa hivyo wana uwezekano mkubwa wa kufuata wema ilhali wengine wana dhamiri mbovu na hufuata faida zao wenyewe badala ya kuufuata ukweli.

Wengine husikia uchungu katikadhamiri zao wanapochukua kitu kidogo cha mtu mwingine, ilhali wengine wanafikiri kuwa si wizi na kwa hivyo si uovu. Watu wana vigezo tofauti vya kuhukumu baina ya jambo zuri na baya kulingana na mazingira waliyokulia na kile walichofundishwa.

Watu huhukumu kati ya jambo zuri na baya kulingana na dhamiri zao. Lakini dhamiri za watu ni tofauti kabisa. Kuna tofauti nyingi kulingana na tamaduni na maeneo tofauti na haziwezi kuwa vigezo kamilifu vya kupimia kati ya jambo zuri na baya. Kigezo kamilifu kinaweza kupatikana katika Neno la Mungu peke yake ambalo lenyewe ndilo kweli.

Tofauti kati ya Moyo na Dhamiri

Warumi 7: 21-24 inasema, „Basi nimeona sheria hii, ya kuwa kwangu mimi nitakaye kutenda lililo jema, lipo lililo baya. Kwa maana naifurahia sheria ya Mungu kwa utu wa ndani, lakini katika viungo vyangu naona sheria iliyo mbali, inapiga vita na ile sheria ya akili zangu, na kunifanya mateka ya ile sheria ya dhambi iliyo katika viungo vyangu. Ole wangu, maskini mimi! Ni nani atakayeniokoa na mwili huu wa mauti?"

Kutoka kwa kifungu hiki tunaweza kuelewa namna moyo wa mwanadamu ilivyoundwa. ‚Mtu wa ndani' kwenye mstari huu ni moyo wa kweli, ambao unaweza kuitwa ‚moyo mweupe' unaojaribu kufuata mwongozo wa Roho Mtakatifu. Katika huyu mtu wa ndani ndiko kuliko na mbegu ya uzima. . Pia kuna ‚sheria ya dhambi' ambayo ni ‚moyo mweusi' ulio na uwongo. Pia kuna ‚sheria ya akili yangu'. Hii ndiyo dhamiri. Dhamiri ni kigezo cha hukumu ya maadili ambayo mtu hujiundia mwenyewe. Ni mchanganyiko wa ‚moyo mweusi' na ‚moyo mweupe'. Ili tuweze kuielewa dhamiri kwanza ni lazima tuuelewe moyo.

Kuna fasili nyingi za neno ‚moyo' kwenye kamusi. Ni „asili ya kihisia ama kiadiliikitofautishwa na asili ya kiakili, ‚ama „tabia ya ndani kabisa ya mtu, hisia ama mwelekeo wa mtu wa ndani". Lakini maana ya kiroho ya moyo ni tofauti.

Mungu alipomuumba mwandamu wa kwanza Adamu, alimpa mbegu ya uzima pamoja na roho yake. Adamu alikuwa kama chombo kitupu, na Mungu akamwekea maarifa za kiroho kama vile upendo, wema na ukweli. Kwa sababu Adamu alifundishwa kwa kweli peke yake, mbegu yake ya uzima ilikuwa na roho yake yenyewe pamoja na maarifa yaliyokuwa ndani yake. Kwa sababu alijazwa na ukweli pekee, hakuwa na haja ya kutofautisha baina ya roho na moyo. Kwa sababu hakukuwa na uongo, neno kama dhamiri halikuwa muhimu.

Lakini baada ya Adamu kutenda dhambi, roho yake haikuwa sawa na moyo wake. Kwa kuwa mawasiliano yake na Mungu yalikatika, ukweli, maarifa ya roho yaliyoujaza moyo wake yalianza kuvuja na badala yake mambo yasiyokuwa ya kweli kama vile chuki, wivu na kiburi yalianza kuchukua nafasi ya moyo wake na kuifunika mbegu ya uzima. Kabla yasiyokuwa kwelii kumwingia Adamu, hakukuwa na haja ya kutumia neno ‚moyo'. Moyo wake ulikuwa roho yenyewe. Lakini baada ya mambo yasiyokuwa kweli kumwingia kwa sababu ya dhambi, roho yake ilikufa, na tangu wakati huo tukaanza kutumia neno ‚moyo'.

Mioyo ya wanadamu baada ya kuanguka kwa Adamu

ilifikia hali ambayo ,mambo yasiyokuwa kweli badala ya kweli, yaliifunika mbegu ya uzima' ambayo maanake ni kuwa ,nafsi, badala ya roho iliifunika mbegu ya uzima. Kiurahisi, moyo wa kweli ni moyo mweupe na moyo wa mambo yasiyokuwa kweli ni moyo mweusi. Uzao wote wa Adamu waliozaliwa baada ya kuanguka kwake, moyo wao una moyo wa kweli, moyo wa mambo yasiyokuwa kweli na dhamiri ambayo ilitengenezwa kwa kuchanganya kweli na mambo yasiyokuwa kweli.

Asili ndiyo Msingi wa Dhamiri

Tabia ya mwanzo kabisa ya moyo wa mtu inaitwa ,asili'. Asili ya mtu haikamilishwi tu kwa urithi. Pia hubadilika kulingana na aina ya mambo anayoyakubali mtu wakati anapokua. Kama vile sifa za mchanga zinavyobadilika kulingana na kile tunachoutia, asili ya mtu pia hubadilika kulingana na yale anayoona, anayosikia na anayohisi.

Uzao wote wa Adamu uliozaliwa humu duniani unarithi kupitia kwa nguvu za uzima za wazazi asili ambayo ni mchanganyiko wa kweli na na mambo yasiyokuwa kweli. Kwa upande mmoja, hata kama wanazaliwa na asili nzuri, itakuwa vibaya wakikubali mambo maovu kwenye mazingira yasiyofaa. Kwa upande mwingine, ikiwa watafundishwa kwa mambo mema kwenye mazingira mema, uovu utapandwa ndani yao kwa kiasi kidogo. Asili ya kila mmoja inaweza kubadilishwa kwa kuongezea mambo yasiyokuwa kweli na kweli ambavyo asili ya mtu huvipata.

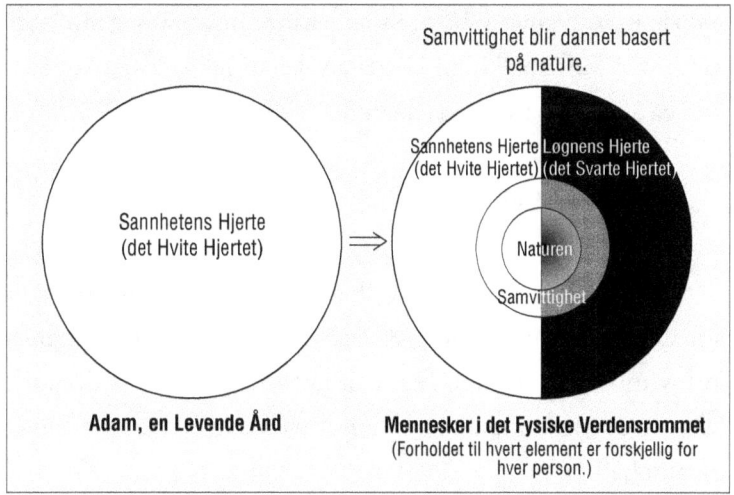

< Hjertets Komposisjon >

Ni rahisi kuelewa kuhusu dhamiri ikiwa kwanza tutaelewa asili ya mwandamu, kwa sababu dhamiri ni kigezo cha hukumu ambayo hufanywa juu ya asili. Unakubali maarifa ya ukweli na mambo yasiyokuwa kweli uliyopata kwenye asili yako ya ndani na kuunda kigezo chako a cha hukumu. Hiyo ndiyo dhamiri. Kwa hivyo, katika dhamiri ya mtu, kuna moyo wa kweli, uovu kutoka kwa asili ya mtu na unyoofu wa kujipatia.

Siku zinavyosonga, dunia inazidi kujawa na dhambi na maovu, na dhamiri za watu zinazidi kuwa mbovu. Wanazidi kurithi uovu zaidi kutoka kwa wazazi, na juu ya hayo, wanazidi kukubali mambo yasiyokuwa kwelimaishani mwao. Utaratibu huu huendelea na kuendelea kutoka kizazi hadi kizazi Dhamiri zao zinapozidi kuwa mbovu na kufa ganzi, inakuwa vigumu zaidi kwao wao kuikubali injili. Badala yake, ni rahisi kwao kupokea kazi za Shetani na kutenda dhambi.

4. Kazi za Mwili

Mwanadamu anapotenda dhambi, bila shaka kutakuwa na adhabu kulingana na sheria ya eneo la kiroho. Mungu hujitahi kumvumilia na kumpa fursa ya kutubu na kuacha dhambi, lakini akipitisha mpaka, kutakuwa na majaribu, ama majanga mbalimbali.

Kila mtu huzaliwa na asili ya dhambi, kwa sababu asili ya dhambi ya Adamu hupitishwa kwa watoto kupitia kwa nguvu za uzima za wazazi. Wakati mwingine tunawaona hata watoto wachanga wakionyesha hasira zao na kuvunjika moyo kwa mfano kwa kulia sana. Wakati mwingine, ikiwa hatutamshughulikia mtoto mwenye njaa, atalia sana kiasi cha kushindwa kupumua. Baadaye, anakataa kuhudumiwa kwa vile amekasirika sana. Hata watoto wanaozaliwa karibuni huonyesha vitendo kama hivi kwa vile wamerithi hasira, chuki ama wivu kutoka kwa wazazi wao. Hii ni kwa sababu wanadamu wote wana asili ya dhambi moyoni mwao, na hii ni dhambi ya asili.

Pia, wanadamu hutenda dhambi katika utaratibu wao wa ukuaji. Kama vile sumaku huvuta chuma, wale wanaoishi kwenye nafasi ya kimwili wataendelea na kukubali mambo yasiyokuwa ya kweli na kutenda dhambi. Hizi ‚dhambi zinazofanywa na mtu binafsi' huweza zinaweza kugawanywa makundi mawili, dhambi za moyoni na dhambi za vitendo. Dhambi tofauti zina ukubwa tofauti na dhambi zinazofanywa kwa vitendo kwa hakika zitahukumiwa (2 Wakorintho 5:10). Dhambi zinazofanywa kwa vitendo zinaitwa ‚kazi za mwili'.

Mwili na Kazi za Mwili

Mwanzo 6:3 inasema, „Bwana akasema, Roho yangu haitashindana na mwanadamu milele, kwa kuwa yeye naye ni nyama; basi siku zake zitakuwa miaka mia na ishirini." Hapa, ‚nyama' haimaanishi mwili. Inamaanisha mwanadamu alikuwa amekuwa kiumbe wa kimwili mwenye dhambi na uovu. Mwanadamu kama huyu wa mwili hawezi kuishi kwa Mungu milele, na hivyo hawezi kuokolewa. Sio vizazi vingi baada ya Adamu kufukuzwa kutoka Bustani ya Edeni na kuanza kuishi humu duniani, vizazi vyake vilianza kutenda kazi za mwili upesi sana.

Mungu alimfanya Nuhu, aliyekuwa mtu wa haki wa wakati huo, ajenge safina na awaonye watu waache dhambi zao. Lakini hakuna mtu aliyetaka kuingia kwenye safina isipokuwa familia ya Nuhu. Kulingana na sheria ya kiroho inayosema ‚mshahara wa dhambi ni mauti' (Warumi 6: 23), kila mtu katika wakati wa Nuhu aliangamizwa kwa gharika.

Sasa, maana ya kiroho ya neno ‚mwili' ni nini? Ni asili za ‚mambo yasiyokuwa kweli ndani ya moyo wa mtu kudhihirika kwenye vitendo maalum'. Kwa maneno mengine, wivu, hasira, chuki, tamaa, mawazo ya zinaa, kiburi, na mambo mengine yote yasiyokuwa kweli yaliyo ndani ya mwanadamu hujitokeza kupitia kwa vurugu, matusi, uzinzi ama kuua. Kwa jumla, matendo haya yote yanaitwa ‚mwili', na kila kitendo kati ya vitendo hivi vyote ni kazi ya mwili.

Lakini dhambi zisizojitokeza katika vitendo ambazo hufanywa akilini na kwenye fikira zinaitwa ‚mambo ya mwili'. Mambo ya mwili siku moja yanaweza yakajitokeza kama kazi za mwili kama hayatatupwa mbali kutoka moyoni. Maelezo mengi zaidi kuhusu mambo ya mwili yatajadiliwa kwenye Sehemu ya 2 ‚Kuumbwa kwa Nafsi'.

Punde mambo ya mwili yanapojitokeza kama kazi za mwili, ni uovu na uhalifu. Tunapokuwa na asili za dhambi mioyoni, mwetu, haichukuliwi kwambani uovu, lakini punde tu zinapoingia katika vitendo inakuwa ni uovu. Ikiwa hatutatupilia mbali mambo ya mwili na kazi za mwili na tuendelee kuzitenda, huko ni kujenga kuta za dhambi kati yetu na Mungu. Kisha, Shetani atatushitaki ili atutulete majiribu. Tunaweza kupata ajali kwa kuwa Mungu hawezi kutulinda. Hatujui kitakachofanyika kesho kwa vile hatuko chini ya ulinzi wa Mungu. Kwa sababu hii vile vile hatuwezi kupata majibu kwa maombi yetu.

Mambo Dhahiri ya Mwili

Ikiwa uovu umeenea duniani, baadhi ya dhambi zinazodhihirika ni uzinifu na kupenda anasa. Miji ya Sodoma na Gomora ilikuwa imejaa anasa na iliangamizwa kwa moto na kiberiti. Ukiangalia masalio ya mji wa Pompeii, yanatuambia jinsi jamii hiyo ilivyojaa uzinzi na kuoza.

Wagalatia 5:19-21 inaeleza mambo dhahiri ya mwili:

Basi matendo ya mwili ni dhahiri, ndiyo haya, uasherati, uchafu, ufisadi, 20 ibada ya sanamu, uchawi, uadui, ugomvi, wivu, hasira, fitina, faraka, uzushi, 21 husuda, ulevi, ulafi, na mambo yanayofanana na hayo, katika hayo nawaambia mapema, kama nilivyokwisha kuwaambia, ya kwamba watu watendao mambo ya jinsi hiyo hawataurithi ufalme wa Mungu.

Hata leo matendo ya mwili kama hayo ni mengi duniani. Hebu niwape mifano ya baadhi ya matendo haya ya mwili.

Kwanza, ni uzinifu. Uzinifu unaweza kuwa wa kimwili ama wa kiroho. Uzinifu wa kimwili, ni uzinzi na uasherati. Hata wale wanaochumbiana hawawezi kuachwa nje. Leo, riwaya, sinema na michezo ya kuigiza inaonyesha uasherati kama upendo mzuri, hivyo kuwafanya watu wawe na kutojali e dhambi na uchanganuzi wao utiwe ukungu. Pia kuna bidhaa nyingi chafu zinazochochea uasherati.

Lakini pia kuna uzinifu wa kiroho kwa waumini.

Wakimwendea mpiga ramli, wawe na hirizi ama hirizi za bahati ama kutenda uchawi, basi huu ni uzinzi wa kiroho (1 Wakorintho 10: 21). Ikiwa Wakristo hawatamtegemea Mungu anayetawala uhai, kifo, baraka na laana, bali wategemee sanamu na mapepo, ni uzinzi wa kiroho ambao ni sawa na kumsaliti Mungu.

Pili, uchafu ni kufuata tamaa na kutenda mambo mengi maovu, na pale maisha ya mtu yanapojaa maneno na matendo ya uzinzi. Ni jambo ambalo limezidi kiwango cha kawaida cha uzinifu. Kwa mfano, kujamiiana na wanyama, ngono ya kikundi na ngono ya jinsia moja.(Mambo ya Walawi 18:22-30). Jinsi dhambi zinavyoenea zaidi, ndivyo watu wanavyozidi kutojali matendo ya uzinzi.

Matendo haya ni kutomtii na kumpinga Mungu (Warumi 1:26-27). Ni dhambi zinazotunyima wokovu (1Wakorintho 6:9-10), ambazo ni chukizo kwa Mungu (Kumbukumbu la Torati 13: 18). Kupata upasuaji wa kubadilishajinsia, ama wanaume kuvaa mavazi ya wanawake, ama wanawake kuvaa mavazi ya wanaume, yote ni chukizo kwa Mungu. (Kumbukumbu la Torati 22:5).

Tatu, kuabudu sanamu pia ni chukizo mbele za Mungu. Kuna kuabudu sanamu kwa kimwili na kuabudu sanamu kwa kiroho.

Kuabudu sanamu kwa kimwili ni kutumikia na kusujudia

sanamu zilizotengenezwa kwa mbao, miamba, ama chuma badala ya kumtafuta Mungu Muumba (Kutoka 20: 4-5). Kuabudu sanamu kwa kupita kiasi kutasababisha laana kupatilizwa hata kwa kizazi cha tatu na cha nne. Ukichunguza familia ambazo zinaabudu sanamu sana, adui ibilisi na Shetani mara kwa mara huwaletea majaribu, hivyo shida haziachi kuwa kwenye familia hizo. Hususan, kuna wanafamilia wengi wenye mapepo, ambao wana shida za kiakili ama ulevi. Wale wanaozaliwa kwenye familia hizi, hata ikiwa watamkubali Bwana, adui ibilisi na Shetani huwasumbua, na wanaona vigumu kuishi maisha ya imani.

Kuabudu sanamu kwa kiroho ni pale mtu anayemwamini Mungu anapopenda kitu zaidi ya vile anavyompenda Mungu. Wakiivunja Siku ya Sabato ili kufurahia sinema, michezo ya kuigiza kwenye runinga, michezo ya spoti, ama burudani nyingine, ama wakiacha shughuli zao za imani kwa sababu ya rafiki wa kike au wa kiume, huko ni kuabudu sanamu kiroho. Kando na haya, ukipenda kitu chochote- familia, watoto, burudani za kidunia, bidhaa za starehei, mamlaka, umaarufu, tamaa ya vitu, ama maarifa- zaidi ya Mungu, basi kitu hicho ni sanamu.

Nne, uchawi ni utumiaji wa nguvu zinazopatikana kutoka kwa usaidizi pepo ama udhibiti wa pepo hasa wa uaguzi.

Sio vizuri kuenda kwa mpiga-ramli huku unasema unamwamini Mungu. Hata wasioamini hujiletea majanga makubwa kwa kufanya uchawi, kwa sababu uchawi huleta pepo wachafu.

Kwa mfano, ukifanya aina fulani ya uchawi kuondoa matatizo, matatizo hayoyatazidi kuwa mabaya tu badala ya kuondoka. Baada ya kufanya uchawi, pepo huonekena kutulia kwa muda, lakini kwa haraka huleta matatizo makubwa zaidi ili waendelee kuabudiwa. Wakati mwingine, wanaonekana wanasema kuhusu mambo ya siku za usoni, lakini pepo hawajui siku za usoni. Ni kwa vile tu ni viumbe wa kiroho na wanaujua moyo wa mwanadamu wa kimwili, hivyo wanawadanganya watu ili waamini kuwa wanaambiwa kuhusu siku za usoni, na waweze kuwaabudu. Wachawi pia wanaweza kufanya mipango ya kuwadanganya wengine, na kwa hivyo, tunapaswa kuwa waangalifumakini kuhusu huu pia. Ukimfanya mtu aanguke shimoni kwa kutumia ujanja wako, ni wazi kwamba hiyo ni kazi ya mwili na njia ya kujiletea uharibifu.

Tano, uadui ni chuki au nia mbaya iliyo dhahiri, tendaji, na halisi kati ya pande mbili. Ni kuwataka wengine waharibiwe na kuhakikisha vimefanyika kweli. Wale wenye uadui huwachukia watu wengine kwa hisia mbaya kwa sababu hawampendi tu basi. Kiasi cha chuki kikizidi sana, wanaweza kulipuka, au kuanza kuwakashifu na kuwapangia hila.

Sita, ugomvi ni mgongano au mfarakano mchungu au wakati mwingine mkali. Ni kuanzisha vikundi tofauti tofauti kanisani kwa sababu wengine wana maoni tofauti. Wanawasema watu wengine vibaya na kuwahukumu na kuwatia kwenye hatia.

Kisha, kanisa litagawanyika katika vikundi vingi.

Saba, mfarakano ni kuwagawanya katika vikundi kwa kufuata fikra zao wenyewe. Hata familia hugawanyika, na hata kanisani kunaweza kawa na migawanyiko tofauti tofauti. Absalomu mwana wa Daudi alimsaliti babake na akatengana naye na kufuata tamaa zake mwenyewe. Alimuasi babake ili awe mfalme. Mungu humuacha mtu kama huyo. Hatimaye Absalomu alikufa kifo cha kusikitisha.

Nane, ni vikundi. Vikundi vikikua, vinaweza kuleta mafundisho potovu. 2 Petro 2:1 inasema, „Lakini kuliondokea manabii wa uongo katika wale watu, kama vile kwenu kutakavyokuwako waalimu wa uongo, watakaoingiza kwa werevu uzushi wa kupoteza, wakimkana hata Bwana aliyewanunua, wakijiletea uharibifu usiokawia." Mafundisho potovu ni kumkana Yesu Kristo (1 Yohana 2:22-23; 4:2-3). Wanasema wanamwamini Mungu lakini wanamkataa Mungu wa Utatu, ama Yesu Kristo aliyetununua kwa damu yake, na hivyo wanajiletea uharibifu wa haraka. Bibilia inatuambia wazi kwamba mafundisho potovu ndiyo yanayomkana Yesu Kristo, hivyo basi hatupaswi kuwahukumu ovyo ovyo wale wanaomkubalii Mungu wa Utatu na Yesu Kristo.

Tisa, husuda ni wakati ambapo wivu umekua na kuwa kitendo kikubwa. Husuda kusikia wasiwasi, na kujitenga na watu wengine, na kuwachukia wanapoonekana kuwa bora kuliko wewe. Husuda hii ikiendelea, inawezakuleta vitendo vingi vilivyo na madhara kwa wengine. Saulo alimwonea wivu na Daudi mtu wake mwenyewe kwa kuwa Daudi alipendwa na watu kuliko yeye. Hata alitumia jeshi lake ili amwue Daudi, na akawaua makuhani na watu wa jiji waliokuwa wamemficha Daudi.

Kumi ni ulevi. Baada ya gharika Nuhu alifanya kosa baada ya kunywa divai, na matokeo yalikuwa makubwa sana. Alimlaani Hamu, mwanawe wa pili kwa kulifunua kosa lake.
Waefeso 5:18 inasema, „Tena msilewe kwa mvinyo, ambamo mna ufisadi; bali mjazwe Roho." Wengine husema labda glasi moja ni SAWA. Lakini bado ni dhambi kwa sababu, iwe glasi moja au mbili, unakunywa pombe ili ulewe. Zaidi ya hayo, walevi hutenda dhambi nyingi sana kwa kuwa hawawezi kujidhibiti.

Biblia inataja unywaji wa divai kwa sababu, katika Israeli, maji ni adimu, na hivyo badala ya maji Mungu aliwaruhusu watumie divai., ambayo ni juisi safi ya zabibu, au kinywaji kikali kilichotengenezwa na matunda yenye sukari nyingi zaidi (Kumbukumbu la Torati 14:26). Lakini kwa kweli, Mungu hakuwaruhusu wanadamu wanywe pombe (Mambo ya Walawi 10: 9; Hesabu 6: 3; Methali 23: 31; Yeremia 35: 6; Danieli 1: 8; Luka 1: 15: Warumi 14: 21). Mungu aliruhusu tu matumizi madogo ya divai kwa sababu maalum kabisa. Kwa sababu hii, ingawa Waisraeli walikunywa divai badala ya maji, hawakuinywa ili walewe na kujiburudisha.

Mwisho, ulafi ni kufurahia pombe, wanawake, kamari, na tamaa nyingine za mwili bila kuwa na kiasi. Watu kama hao hawawezi kuyatimiza majukumu yao kama wanadamu. Kama huna kiasi hiyo pia ni aina ya ulafi. Kama unaishi maisha machafu kupita kiasi, ama kuishi maisha kutapanya upendavyo, huo pia unaitwa ulafi. Ukiishi maisha kama hayo hata baada ya kumkubali Bwana, huwezi kumpatia Mungu moyo wako wala kuondoa dhambi, na kwa hivyo huwezi kuurithi ufalme wa Mungu.

Maana ya Kutoweza Kuurithi Ufalme wa Mungu

Kufikia hapo tumeangalia kazi dhahiri za mwili. Basi sababu ya kimsingi ambayo huwafanya watu wafanye kazi hizo za mwili ni nini? Ni kwa sababu hawataki kumweka Mungu Muumba moyoni mwao. Imeelezwa katika Warumi 1: 28-32: „Na kama walivyokataa kuwa na Mungu katika fahamu zao, Mungu aliwaacha wafuate akili zao zisizofaa, wayafanye yasiyowapasa. Wamejawa na udhalimu wa kila namna, uovu na tamaa na ubaya; wamejawa na husuda, na uuaji, na fitina, na hadaa; watu wa nia mbaya, wenye kusengenya, wenye kusingizia, wenye kumchukia Mungu, wenye jeuri, wenye kutakabari, wenye majivuno, wenye kutunga mabaya, wasiowatii wazazi wao, wasio na ufahamu, wenye kuvunja maagano, wasiopenda jamaa zao, wasio na rehema; ambao wakijua sana hukumu ya haki ya Mungu, ya kwamba wayatendao hayo wamestahili mauti, wanatenda hayo, wala si hivyo tu, bali wanakubaliana nao wayatendao."

Kimsingi inasema kwamba kama unatenda kazi dhahiri za mwili, hutaurithi ufalme wa Mungu. Bila shaka, sio kwamba huwezi kuokolewa kwa sababu tu unatenda dhambi mara nyingi kwa sababu ya imani dhaifu.

Si kweli kwamba waumini wapya ambao hawajui ukweli vizuri au wale ambao wana imani dhaifu hawatapata wokovu kwa sababu bado hawajaondoa kazi za mwili kabisa. Wanadamu wote wana uovu mpaka imani zao zikomae, na wanaweza kusamehewa dhambi zao kwa kutegemea damu ya Bwana. Lakini wakiendelea kutenda kazi za mwili bila kuziacha, hawawezi wakapata wokovu.

Dhambi Zinazoleta Mauti

1 Yohana 5: 16-17 inasema, „Na kama tukijua kwamba atusikia, tuombacho chote, twajua kwamba tunazo zile haja tulizomwomba. Mtu akimwona ndugu yake anatenda dhambi isiyo ya mauti, ataomba, na Mungu atampa uzima kwa ajili ya hao watendao dhambi isiyo ya mauti. Iko dhambi iliyo ya mauti. Sisemi ya kwamba ataomba kwa ajili ya hiyo." Kama ilivyoandikwa, tunaweza kuona kwamba kuna dhambi zinazoleta mauti na pia dhambi zisizoleta mauti.

Sasa, dhambi za mauti ni zipi, ambazo hutupokonya haki ya kuurithi ufalme wa Mungu?

Waebrania 10:26-27 inasema, „Maana, kama tukifanya dhambi kusudi baada ya kuupokea ujuzi wa ile kweli, haibaki tena dhabihu kwa ajili ya dhambi; bali kuna kuitazamia hukumu yenye kutisha, na ukali wa moto ulio tayari kuwala wao wapingao." Tukiendelea kutenda dhambi huku tunajua kwamba ni dhambi, huk ni kumwasi Mungu. Mungu hawapi watu kama hao roho ya toba.

Waebrania 6:4-6 pia inasema,"Kwa maana hao waliokwisha kupewa nuru, na kukionja kipawa cha mbinguni, na kufanywa washirika wa Roho Mtakatifu, na kulionja neno zuri la Mungu, na nguvu za wakati ujao, 6wakaanguka baada ya hayo, haiwezekani kuwafanya upya tena hata wakatubu; kwa kuwa wamsulubisha Mwana wa Mungu mara ya pili kwa nafsi zao, na kumtweza hadharani kwa dhahiri." Ukimwasi Mungu baada ya kuusikiliza ukweli na kuziona kaizi za Roho Mtakatifu, hutapewa roho ya toba, na hivyo hautaokolewa.

Ukizishutumui kazi za Roho Mtakatifu kama kazi za ibilisi au mafundisho potovu, pia huwezi kuokolewa, kwa sababu ni kufukuru na uasi dhidi ya Roho Mtakatifu (Mathayo 12: 31-32).

Lazima tuelewe kwamba kuna dhambi ambazo haziwezi kusamehewa na ni sharti tusitende dhambi kama hizo. Pia, dhambi ndogondogo zinaweza kuendelea na kuwa dhambi za mauti zikilimbikizwa. Kwa hivyo, lazima tujikite katika ukweli kila wakati.

5. Ukuzaji

Ukuzaji wa mwanadamu ni utaratibu wote wa Mungu kuwaumba wanadamu katika dunia hii na kutawala historia yao mpaka Hukumu ili apate watoto wa ukweli.

Ukulima ni utaratibu wa mkulima kupanda mbegu na na kwa bidii kuikuza mimea hadi kufikia mavuno. Mungu pia alipanda mbegu ya kwanza iitwayo Adamu na Hawa katika dunia hii ili apate mavuno ya watoto wa kweli kupitia kwa bidii zake za kuwakuza katika dunia hii. Mpaka leo Mungu amekuwa akiendesha ukuzaji wa wanadamu. Tangu awali Mungu alijua kuwa wanadamu wangekuwa wabaya kwa kutotii na angehuzunika. Lakini yeye hukuza wanadamu mpaka mwisho kwa kuwa anajua kuwa kutakuwepo na watoto wa kweli ambao kwa kumpenda Mungu, huondoa maovu kabisa. Watoto hawa wana mioyo inayompendeza Mungu.

Wanadamu wameumbwa kwa mavumbi ya ardhi, hivyo wana asili ambazo zina sifa za mchanga. . Ukipanda mbegu shanbani, mbegu hizo zitaota, zikue, na zizae matunda. Tunaweza kuona kwamba mchanga una uwezo wa kuzalisha maisha mapya. Pia, sifa za mchanga zitabadilika kutegemea kile utakachoongeza katika mchanga. Wanadamu nao wako vivyo hivyo. Wale ambao hukasirika, mara nyingi watakuja kuwa na hasira nyingi katika asili zao. Wale ambao hudanganya. mara nyingi watakuwa na uwongo mwingi katika asili zao. Baada ya Adamu kutenda dhambi, yeye na uzao wake waliendelea kuchafuliwa na mambo yasiyokuwa kweli upesi sana.

Kwa sababu hii ni lazima wanadamu waikuze mioyo yao ili wapate kuurejesha moyo wa roho kupitia kwa ,ukuzaji wa mwanadamu'. Kwanza kwa kweli, sababu ya wanadamu kukuzwa katika dunia hii ni kwamba, wao waikuze mioyo yao na kuurejesha ule moyo moyo safi uliokuwa na Adamu kabla hajaanguka. Mungu ashatupatia mifano ambayo inahusiana na ukuzaji katika Biblia ili tuweze kuelewa majaliwa yake katika ukuzaji wa mwanadamu (Mathayo 13; Mariko 4; Luka 8).

Katika Mathayo 13, Yesu anafananisha mioyo ya wanadamu na shamba la karibu na njia, shamba lenye miamba, shamba lenye miiba na shamba lenye udongo mzuri. Tunapaswa tuangalie tuna mchanga wa aina gani na tuulime ili uwe mchanga mzuri ambao Mungu anaupenda.

Aina Nne za Shamba la Moyo

Kwanza, kando ya njia ni ardhi ngumu ambayo imekanyagwakanyagwa na watu kwa muda mrefu. Kwa kweli, hilo hata si shamba, na hakuna mbegu inayoweza kumea hapo. Hapo hapana kazi ya uhai.

Kando ya njia katika maana ya kiroho hurejelea mioyo ya wale ambao hawaikubali injili kamwe. Mioyo yao imefanywa kuwa migumu sana na ubinafsi na kiburi chao na hivyo basi mbegu ya injili haitapandwa hapo. Wakati wa Yesu viongozi wa Wayahudi walikuwa wakaidi sana kuhusu maoni na desturi zao wenyewe hata wakamkataa Yesu na injili. Leo, wale ambao wana mioyo ya kando ya njia ni wakaidi mno hawafungui akili zao bali huikataa injili hata wakionyeshwa nguvu za Mungu.

   Kando ya njiani pagumu sana, hata mbegu haziwezi kuwekwa ndani ya udongo. Hivyo, ndege huja na kuzidona hizo mbegu. Ndege wanaotajwa hapa, ni Shetani. Shetani huliondoa Neno la Mungu ili watu wasiweze kupata imani yoyote. Wanakuja kanisani kwa uhimizo mkubwa wa watu, lakini lileNeno la Mungu linalohubiriwa hawataki kuliamini. Badala yake wao humuhukumu mhubiri au ujumbe kulingana na mawazo yao wenyewe. Wale wenye mioyo migumu ambao hawafungui akili zao, mwishowe hawawezi kupokea wokovu kwa sababu mbegu ya Neno haiwezi kuzaa matunda yoyote.

   Pili, shamba lenye miamba ni afadhali kidogo kuliko kando ya njia. Mwanadamu aliyefanana na kando ya njia hana nia yoyote ya kulikubali Neno la Mungu, lakini yule mwenye shamba la miamba huelewa lile Neno la Mungu analolisikia. Ukipanda mbegu katika shamba la miamba, mbegu zitaota hapa na pale, lakini haziwezi kukua vizuri. Mariko 4: 5-6 inasema, 'Nyingine ikaanguka penye mwamba, pasipokuwa na udongo mwingi; mara ikaota kwa kuwa na udongo haba. Hata jua lilipozuka iliungua, na kwa kuwa haina mizizi ikanyauka."

   Wale wenye moyo wa shamba la miamba hulielewa Neno la Mungu lakini hawawezi kulikubali kwa imani. Mariko 4: 17 inasema, „…ila hawana mizizi ndani yao, bali hudumu muda mchache; kisha ikitokea dhiki au udhia kwa ajili ya lile neno, mara hujikwaa." 'Neno' linalotajwa hapa niNeno la Mungu ambalo hutuambia vitu kama, „Itunze Sabato, toa fungo la kumi kamili, usiabudu miungu, tumikia wengine na uwe mnyenyekevu." Wanaposikia Neno la Mungu hufikiri watalishika Neno lake, lakini wanapokumbwa na mambo magumu hawawezi kutimiza maamuzi yao. Wanapoipata neema ya Mungu hufurahia, lakini wanapoingia katika matatizo huibadilisha mitazamo yao upesi. Wamelisikia Neno lake na wanalijua, lakini hawana nguvu ya kulitekelezai kwa sababu Neno lake halijakuzwa ndani ya mioyo yao kama imani ya hakika.

Tatu, wale wenye moyo wa shamba lenye miiba hulielewa Neno la Mungu na huanza kulitekeleza. Lakini hawawezi kulitekeleza Neno la Mungu kikamilifu, na hakuna tunda zuri watakalozaa. Mariko 4: 19 inasema, „...na shughuli za dunia, na udanganyifu wa mali, na tamaa za mambo mengine zikiingia, hulisonga lile neno, likawa halizai."

Wale wenye moyo wa shamba hilo huonekana kuwa waumini wazuri wanaolitekeleza Neno la Mungu vitendoni, lakini bado huwa na majaribio na majaribu, na ukuaji wao wa kiroho huenda polepole. Ni kwa sababu hawaioni kazi halisi ya Mungu kwa kudanganywa na shughuli za dunia, na udanganyifu wa mali, na tamaa ya mambo mengine. Kwa mfano, biashara zao zilifilisika na wawe wanaweza kuenda hata jela. Hapa, hali ikiwaruhusu kulipa deni na faida kidogo, na Shetani awajaribu kupitia hili, pana uwezekano wa wao kujaribiwa. Mungu anaweza kuwasaidia iwapo tu wanatembea katika njia ya haki bila kujali kuna ugumu wa namna gani. Lakini wao huingia katika majaribu ya Shetani.

Hata wakipendakulitii Neno la Mungu, hawawezi kulitii kweli kwa imani kwa kuwa akili zao zimejazwa na mawazo ya wanadamu. Wanaomba kwamba wanaweka kila kitu katika mikono ya Mungu, lakini kwa kweli wanatumia uzoefu wao wenyewe na nadharia zao kwanza. Wanaweka mipango yao kwanza, hivyo mambo yao hayawaendei vizuri, hata kama yataonekana yakiwaendea vizuri mwanzoni. Yakobo 1: 8 inasema kwamba watu hawa wana nia mbili.

Baadhi ya miiba ikiwa inaota inaonekana kwamba hakuna madhara maalum. . Lakini ikikua, hali inakuwa tofauti kabisa. Itakuwa kichaka na kuzuia mbegu nyingine nzuri zisikue. Kwa hivyo, kama kuna vikipengele chochote ambacho hutuzuia kulitii Neno la Mungu, ni sharti tukiondoe mara moja hata kama kinaonekana kuwa kidogo.

Nne, udongo mzuri ni ardhi yenye rutuba na imelimwa vizuri na mkulima. Ardhi ngumu ililimwa, kisha miamba na miiba ikaondolewa. Maanake ni kwamba, tuache vitu ambavyo Mungu anatukataza, na kutupilia mbali kabisa vitu ambavyo Mungu anatuambia tutupilie mbali. Hakuna miamba wala vizuizi vingine, na kwa hivyo Neno la Mungu linapoanguka juu yake, linazaa matunda mara 30, 60, au 100 ya mbegu iliyopandwa. Watu kama hao watapokea majibu ya maombi yao.

Ili tuweze kuangalia kama moyo wa udongo mzuri tumeukuza vizura, tunaweza kutazama jinsi tunavyolitekeleza

Neno la Mungu.. Kadri unavyolima udongo mwingi mzuri, ndivyo inavyokuwa rahisi kuishi kwa kufuata Neno la Mungu. Watu wengine wanalijua Neno lake, lakini hawawezi kulitekeleza kwa sababu ya uchovu, uvivu, fikra za mambo yasiyokuwa kweli na tamaa. Wale wenye moyo wa udongo mzuri hawana vikwazo kama hivyo, kwa hivyo punde tu wanapolisikia Neno la Mungu hulielewa na kuanza kulitekeleza. Wanapotambua tu kwamba jambo fulani ni mapenzi ya Mungu na linampendeza, wao hulifanya tu.

Unapoukuza moyo wako, utaannza kuwapenda wale uliokuwa unawachukia.. Wakati huu utaweza kuwasamehe wale ulioshindwa kuwasamehe hapo awali. Husudana kuhukumu vitabadilika na viwe upendo na huruma. Akili yenye kiburi itabadilika na kuwa unyenyekevu na utumishi. Kuacha mabaya kwa njia hii ili kuutahiri moyo wa mtu ni kuukuza wa moyo wa mtu ili uufanye kuwa udongo mzuri. Kisha, mbegu ya Neno la Mungu iangukapo katika udongo mzuri, itaota na kukua kwa haraka na kuzaa kwa wingi matunda tisa ya Roho Mtakatifu, na matunda ya Mwangaza.

Unapoendelea kubadilisha moyo wako ili uwe udongo mzuri, unaweza kupokea imani ya kiroho kutoka juu. Pia unaweza kuomba kwa bidii ili kushusha nguvu ya Mungu kutoka juu, kusikia sauti ya Roho Mtakatifu waziwazi na kutimiza mapenzi ya Mungu. Watu kama hao ndio aina ya matunda ambayo Mungu anatamani avune kutoka kwa ukuaji wa mwanadamu.

Tabia ya Chombo: Shamba la Moyo

Kipengele kimoja muhimu katika ukuaji wa moyo wetu ni tabia ya chombo.. Tabia ya chombo inahusiana na tabia za nyenzo za chombo. Hutuonyesha jinsi mtu anavyosikiliza Neno la Mungu, kuliweka moyoni mwake na kulitekelezahulihifadhi katika akili yake, na kuliweka katika matendo. Biblia inapeana ulinganishi wa chombo cha dhahabu, fedha, mbao, au udongo. (2 Timotheo 2: 20-21).

Wote wanasikiliza Neno lilelile la Mungu, lakini japo wanalisikia kwa njia tofauti. Wengine hulikubali kwa ,Amina' lakini wengine huliacha lipite tu kwa kuwa halikubaliani na mawazo yao. Wengine hulisikiliza kwa moyo wa bidii na hujaribu kulitekelezahuku wengine wakihisi kubarikiwa kwa ujumbe lakini hulisahau upesi mno.

Tofauti hizi hutokana na tofauti za tabia ya chombo. Ukiwenga msisitizo juu ya Neno la Mungu wakati unapolisikia, litapandwa moyoni mwako kwa njia tofauti na unaposikia Neno lake huku ukiwa unasinzia na bila lengo. Hata mkisikiliza ujumbe mmoja, matokeo yatakuwa tofauti sana kati ya kuuweka ndani ya moyo wako na kulisikia vivi hivi.

Matendo ya Mitume 17: 11 inasema, „Watu hawa walikuwa waungwana kuliko wale wa Thesalonike, kwa kuwa walilipokea lile neno kwa uelekevu wa moyo, wakayachunguza maandikokila siku, waone kwamba mambo hayo ndivyo yalivyo," na Waebrania 2: 1 inatuambia, "Kwa hiyo imetupasa kuyaangalia zaidi hayo yaliyosikiwa tusije tukayakosa."

Ukilisikiza Neno la Mungu kwa bidii, na kuliweka akilini, na kulitekeleza jinsi lilivyo, basi tunaweza kusema una tabia nzuri ya chombo. Wale wenye tabia nzuri ya chombo huwa wanalitii Neno la Mungu, kwa hiyo wanaweza kuukuza udongo mzuri wa moyo kwa haraka. Kisha, kadri walivyo na udongo mzuri wa moyoni, kiasilia watalitii Neno la Mungu katika kilindi cha moyo wao na kulitenda.

Tabia nzuri ya chombo husaidia katika ukuzaji wa udongo mzuri, na huo udongo mzuri pia husaidia katika ukuzaji wa tabia nzuri ya chombo. Kama ilivyosemwa katika Luka 2: 19, „Lakini Mariamu akayaweka maneno hayo yote, akiyafikiri moyoni mwake, „Bikira Miriamu alikuwana na chombo kizuri cha kuliweka Neno la Mungu akilini mwake, na alipokea baraka ya kushika mimba ya Yesu kwa Roho Mtakatifu.

1 Wakorintho 3: 9 inasema, „Maana sisi tu wafanya kazi pamoja na Mungu; ninyi ni shamba la Mungu, ni jengo la Mungu." . Sisi ni shamba ambao mungu analima. Tunaweza kuwa na moyo mzuri na safi kama udongo mzuri na chombo kizuri. Tunaweza kuwa kama chombo cha dhahabu na kutumiwa na Mungu kwa kazi za heshima tukisikiliza na kuhifadhi neno la Mungu akilini na kulitekeleza.

Tabia ya Moyo: Ukubwa wa chombo.

Kuna dhana nyingine ambayo inahusiana na tabia ya chombo. Hii ni kusuhu namna mtu hupanua na kutumia moyo wake kwa upana. Tabia ya chombo ni kuhusu vifaa vilivyotumiwa kutengeneza chombo ilhali tabia ya moyo ni kuhusu ukubwa wa vyombo. Inaweza kugawanywa katika aina nne.

Aina ya kwanza ni wale ambao hufanya zaidi ya vile wanavyopaswa kufanya. Hii ndiyo tabia bora zaidi ya moyo. Kwa mfano, wazazi wakiuliza watoto wao waokote takataka sakafuni. Kisha, watoto wasiokote tu takataka bali pia wasafishe chumba hicho. Wanayazidi matarajio ya wazazi, na hivyo basi kuwapa wazazi wao furaha. Stefano na Filipo walikuwa tu mashemasi lakini walikuwa waaminifu na watakatifu kama mitume. Walikuwa furaha machoni pa Mungu na walitenda mambo makuu, ishara na maajabu.

Aina ya pili ni wale ambao hufanya tu kile ambacho wanapaswa kukifanya. Watu kama hao watachukua majukumu yao wenyewe, japo hawajali kuhusu wengine wala mazingira yao. Wazazi wakiwauliza waokote takataka, huwa wanaokota takataka. Wanaweza kupongezwa kwa utiifu wao, lakini hawawezi wakawa furaha kuu kwa Mungu. Waumini wengine hupatikana katika kundi la aina hii kanisani; wanatimiza tu majukumu yao na kamwe hawajali kuhusu mambo mengine. Watu kama hao hawawezi wakawa furaha kuu machoni mwa Mungu.

Aina ya tatu ni wale ambao hufanya kile ambacho ni lazima wafanye kwa kwa kuwa ni wajibu. Hawatimizi hayo majukumu kwa furaha na shukrani lakini kwa malalamiko na manung'uniko. Watu kama hao hupinga kila kitu na ni wagumu kujitolea na kusaidia wengine. Wakipewa majukumu fulani, wanaweza kuyatenda kwa kuwa ni ni wajibu, lakini sana sana watawapatia wengine wakati mgumu. Mungu hutazama moyo wetu. Anafurahishwa tunapoyatimiza majukumu yetu kwa hiari na kwa kumpenda Mungu badala ya kuhisi kulazimishwa au kufanya jambo kwa kuwa ni wajibu wako kulifanya.

Aina ya nne ni wale ambao hufanya mabaya. Watu kama hao hawana hisia majukumu au wajibu. Wala hawawajali wengine. Wao husisitizia mawazo yao na nadharia zao wenyewe na huwapatia wengine wakati mgumu. Iwapo watu kama hao ni wachungaji au viongozi ambao huwalinda washiriki wa kanisa, hawawezi kuwalinda kwa upendo hivyo kupoteza nafsi hizo au kuwafanya waanguke. Kukiwa na matokeo yasiyoridhisha, wao huwawekea lawama watu wengine na mwishowe kuyaacha majukumu yao. Kwa hivyo, ni heri wasipewe jukumu lolote kabisa.

Sasa, natuangalie tuna aina gani ya tabia ya moyo. Hata kama moyo wetu sio mpana sana, tunaweza kuubadilisha uwe moyo mkubwa. Ili kufanya hivyo, kimsingi ni lazima tuutakase moyo wetu na kuwa na tabia nzuri ya chombo. Hatuwezi tu kuwa na tabia nzuri ya moyo huku tuna tabia mbaya ya chombo. Pia ni njia moja ya ukuzaji wa tabia nzuri ya moyo iwapo tutajitolea kabisa kwa ari katika kila kazi.

Watu wenye tabia nzuri ya moyo wanaweza kutenda mambo makuu mbele ya Mungu na kumtukuza Mungu sana. Ilikuwa hivyo hivyo kwa Yusufu. Yusufu aliuzwa Misri na kaka zake mwenyewe, na akawa mtumwa wa Potifa, akida wa walinzi wa Farao. Lakini hakuomboleza juu ya maisha yake ati kwa sababu alikuwa ameuzwa kama mtumwa. Alitekeleza majukumu yake kwa uaminifu sana akaaminiwa na bwana wake, na akawekwa asimamie mambo yote katika nyumba hiyo. Baadaye alisingiziwa mashitaka na akafungwa gerezani, lakini aliendelea kuwa mwaminifu kama alivyokuwa, na hatimaye akawa waziri mkuu wa Misri yote. Aliiokoa nchi ya Misri pamoja na familia yake dhidi ya ukame mkali na akaweka msingi ya kuunda nchi ya Israeli.

Kama hangekuwa na tabia nzuri ya moyo, angefanya tu alichopewa na bwana yake. Angeishia kufa kama mtumwa kule Misri ama maisha yake yangeishia gerezani. Lakini Yusufu alitumiwa na Mungu sana kwa sababu katika kila hali alifanya kadri alivyoweza machoni mwa Mungu na akatenda kwa moyo mkuu.

Ngano au Makapi?

Mungu amekuwa akiwakuza wanadamu kwa muda mrefu katika nafasi hii ya kimwili tokea kuanguka kwa Adamu. Wakati ufikapo, atatenga ngano kutoka kwa makapi na kuweka ngano katika ufalme wa mbinguni na makapi kuyatupa Jehanamu. Mathayo 3:12 inasema, „Ambaye pepeto lake li mkononi mwake, naye atausafisha sana uwanda wake; na kuikusanya ngano yake ghalani, bali makapi atayateketeza kwa moto usiozimika"

Hapa, ngano ni wale wanaompenda Mungu na hulitekeleza Neno lake ili waishi katikakweli. Kinyume na hao, ni wale ambao hawaishi katika Neno la Mungu bali katika uovu na wasiofuata kweli, na wale wasiomkubali Yesu Kristo na kujitolea kufanya matendo ya mwili ni makapi.

Mungu anamtaka kila mmoja awe ngano na apokee wokovu (1Timotheo 2:4). Ni kama tu vile wakulima wanavyotaka kuvuna kutoka kwa mbegu zote wanazopanda shambani. Lakini wakati wa mavuno siku zote kuna makapi, na vivyo hivyo si kila mmoja katika ukuzaji wa mwanadamu atakuwa ngano atakayeweza kuokolewa.

Tusipogundua hoja hii katika ukuzaji wa mwanadamu, mtu anaweza kuuliza swali kama hili, „Inasemekana Mungu ni upendo, na mbona aokoe baadhi na kuachilia wengine waende kwenye njia ya uharibifu?" Lakini wokovu wa mtu binafsi si wa Mungu kuamua jinsi apendavyo yeye. Ni chaguo la mtu binafsi. Kila mmoja anayeishi kwenye nafasi ya kimwili ni lazima achague njia ya mbinguni au ya jehanamu.

Yesu alisema katika Mathayo 7: 21, „Si kila mtu aniambiaye, Bwana, Bwana, atakayeingia katika ufalme wa mbinguni; bali ni yeye afanyaye mapenzi ya Baba yangu aliye mbinguni" na katika Mathayo 13: 49-50,"Ndivyo itakavyokuwa katika mwisho wa dunia; malaika watatokea, watawatenga waovu mbali na wenye haki, na kuwatupa katika tanuru ya moto; ndiko kutakuwako kilio na kusaga meno."

'Wenye' hapa ni waumini. Ina maanisha Mungu atatenganisha ngano na makapi kutoka miongoni mwa waumini. Hata ingawa wanamkubali Yesu Kristo na kuhudhuria kanisa, bado ni waovu ikiwa hawafuati mapenzi ya Mungu. Wao ni makapi tu ambayo hayana budi kutupwa kwenye moto wa Jehanamu.

Mungu anatufundisha kuhusu moyo ya Mungu Muumba, majliwa ya ukuzaji wa mwanadamu na kusudi la kweli la maisha kupitia kwa Biblia. Anataka tukuze tabia njema ya chombo na tabia njema ya moyo, na kujitokeza kama wana wa kweli wa Mungu- ngano kwenye ufalme wa mbinguni. Lakini ni watu wangapi wanaotafuta vitu visivyo na maana katika ulimwengu huu uliojaa dhambi na uvunjaji wa sheria? Ni kwa sababu wanadhibitiwa na nafsi zao.

Roho, Nafsi, na Mwili I

Sehemu ya 2

Kuumbwa kwa Nafsi
(Utendaji kazi wa Nafsi katika Nafasi ya Kimwili)

Je, mawazo ya wanadamu hutoka wapi?
Je, Nafsi Yangu Imefanikiwa?

"Tukiangusha mawazo
na kila kitu kilichoinuka kijiinuacho
juu ya elimu ya Mungu,
na tukiteka nyara kila fikira
ipate kumtii Kristo,
tena tukiwa tayari kupatiliza maasi yote,
kutii kwenu kutakapotimia."
2 Wakorintho 10:5-6

Sura ya 1
Kuumbwa kwa Nafsi

Kuanzia wakati ule roho ya mwanadamu ilipokufa, nafsi yake ilichukua nafasi ya kumtawala mwanadamu huku akiishi katika nafasi ya kimwili. Nafsi ilitawaliwa na ushawishi wa Shetani, na wanadamu wakawa na kazi mbalimbali za nafsi.

1. Fasili ya Nafsi

2. Utendaji kazi Mbalimbali wa Nafsi katika Nafasi ya Kimwili

3. Giza

Tunaona maajabu ya uumbaji wa Mungu tunapoona viumbe kama vile popo wanavyopata chakula chao kwa kupitia mfumomwangwi; tunapowaona samoni na ndege tofautitofauti wakisafiri maelfu ya maili kurejea mahali pao pa kuzaliwa na kuzalia na kigogota ambaye hugogota mti kama mara elfu moja kwa dakika.

Wanadamu wameumbwa watawale hivi vitu vyote. Mwili wa nje wa mwanadamu unaonekana hauna nguvu kama ule wa simba au chui. Hisia zao za kusikia au kunusa sio makini sana kama za mbwa. Hata hivyo, wanaitwa bwana wa viumbe vyote.

Ni kwa sababu wana roho na uwezo wa kuwaza na ubongo bora zaidi. Wanadamu wana akili na wanaweza kuendeleza sayansi na ustaarabu kutawala vitu vyote. Hii ndiyo sehemu ya binadamu ya kuwaza ambayo inahusiana na 'nafsi'.

1. Fasili ya Nafsi

Kifaa cha kumbukumbu katika ubongo, maarifa katika kifaa hicho, na mawazo yanayojengwa kwa kurejesha maarifa kwa pamoja vinaitwa 'nafsi'.

Sababu ya kutulazimisha sisi tuelewe kwa uwazi kabisa uhusiano kati ya roho, nafsi, na mwili ni ili tuweze kuelewa vizuri kazi za nafsi. Kwa kufanya hivyo, tunaweza kurejesha aina ya kazi za nafsi ambazo Mungu anapenda. Ili tuweze kujikinga na kutawaliwa na Shetani kupitia kwa nafsi, ni lazima roho zetu zitawale nafsi zetu.

Kamusi ya Merriam-Webster hufasili 'nafsi' kama 'kiini kisichokuwa na mwili, kanuni ya uhai, ama chanzo cha wa mtu binafsi; kanuni ya kiroho iliyo katika wanadamu, viumbe wote wa kiakili na wa kirohoamu ulimwengu'. Lakini maana ya nafsi ya Kibiblia ni tofauti na hizi.

Mungu aliweka kifaa cha kumbukumbu katika ubongo wa mwanadamu. Ubongo una jukumu la kukumbuka vitu. Kwa njia hii wanadamu wanaweza kuweka maarifa katika kifaa cha kuhifadhi na kuyapata tena. Yaliyomo katika kifaa cha kumbukumbu yakirejeshwa, yanaitwa ‚mawazo'. Mawazoni, kupata tena na na kukumbuka vitu ambavyo vimewekwa katika kumbukumbu. Kifaa cha kumbukumbu, maarifa yaliyo ndani yake na kuyarejesha hayo maarifa tena vikiwekwa pamoja vinajulikana kama ‚nafsi'.

Nafsi ya mwanadamu inaweza kulinganishwa na kuhifadhi data, kuitafuta na kuitumia katika tarakilishi. Wanadamu wana nafsi ili waweze kukumbuka na kufikiri, na kwa hivyo nafsi ni muhimu kwa mwanadamu kama vile moyo ulivyo muhimu..

Kulingana na kiasi cha data ambayo mtu ameona, amesikia na kuweka, na jinsi anavyokumbuka vyema na kutumia, hiyo data ndiyo hujenga uwezo wa kumbukumbu yake na akili ambayo ni tofauti na ya watu wengine. Kiwango cha akili au KA (IQ) mara nyingi huamuliwa na urithi, lakini pia kinaweza kubadilishwa kupitia kwa vipengele vinavyopatikana kama vile masomo na uzoefu. Ingawa watu wawili wamezaliwa na kiwango sawa cha akili, kiwango hicho kinaweza kuwa tofauti kulingana na wanavyojaribu.

Umuhimu wa Utendaji Kazi wa Nafsi

Kazi ya nafsi huwa tofauti kulingana na aina za yale tunayoweka katika kifaa cha kumbukumbu. Watu huona, husikia, na huhisi vitu na kukumbuka idadi kubwa ya vitu hivyo kila siku. Baadaye hukumbuka hivyo vitu na kuvitumia kupangia siku zijazo na kurazini na kuchanganua kati ya mazuri na mabaya.

Mwili ni kama chombo ambacho kina roho na nafsi. Nafsi huwa na nafasi muhimu sana katika kujenga tabia ya mtu, utu na vigezo vya maamuzi kupitia kwa kazi ya ,kufikiria'. Kufanikiwa ama kushindwa kwa mtu hutegemea kwa kiasi kikubwa kazi za nafsi ya mtu.

Hiki ni kisa kidogo kilichofanyika mwaka wa 1920 katika kijiji kidogo kiitwacho Kodamuri, kilicho kilomita 110 kusini magharibi mwa Kolkata, nchini India. Mchungaji Singh na mkewe walikuwa wamisionari kule, na wakasikia kutoka kwa wenyeji juu ya majitu yaliyokuwa kama wanadamu, waliokuwa wakiishi na mbweha katika pango moja. Mchungaji Singh alipowashika hao majitu , walikuwa wasichana wawili, wanadamu.

Kulingana na jarida alilohifadhi Mchungaji Singh, wasichana hao walikuwa wanadamu kwa umbo tu.. Tabia zao zote zilikuwa za mbweha. Mmoja wao alikufa, na msichana mwingine aliyeitwa Gamara aliishi na Singhs kwa miaka tisa na akafa kwa aina ya sumu iliyoingia kwenye damu inayoitwa uremia.

Mchana Gamara angetazama ukuta katika chumba cha giza, na bila kusonga hata kidogo, angelala. Lakini usiku, angeteambea maeneo ya nyumbani na angebweka kwa sauti kubwa kama mbweha waliosikika wakibweka mbali kidogo na pale alipokuwa. Angelamba chakula bila kutumia mikono. Angekimbia kwa ,viungo' vinne akitumia mikono yake kama mbweha tu. Watoto wakimsongelea, angenguruma na kutoa meno yake kisha angeondoka eneo hilo.

Jamaa ya Singh walijaribu kumfanya huyu msichana mbweha awe binadamu halisi, lakini haikuwa rahisi. Alianza kula na mikono baada ya miaka mitatu, na baada ya miaka mitano akaanza kuonyesha viashirio vya usoni kamba ana huzuni au na furaha. Mihemko ambayo Gamara angeonyesha wakati alipokufa ilikuwa za kimsingi mno, ambayo ni sawa na ile ya mbwa kutikisa mikia yao kuonyesha furaha yao wanapokutana na wamiliki wao.

Hii hadithi inatuonyesha ya kwamba nafsi ya mwanadamu ina ushawishi wa moja kwa moja wa kumfanya mwanadamu awe mwanadamu. Gamara alikua akiona tabia za mbweha. Kwa sababu hakuweza kuweka maarifa yanayohitajika kwa wanadamu, nafsi yake haikuweza kukua. Kwa kuwa alilelewa na mbweha, hakuwa na lingine ila kufanya kila kitu kama mbweha.

Tofauti kati ya Wanadamu na Wanayama

Wanadamu wana roho, nafsi na mwili. Ya muhimu zaidi kati ya hizi ni roho. Roho ya mwanadamu hupeanwa na Mungu ambaye ni roho, na haiwezi kufa. Mwili hufa na kuwa vumbichache, lakini roho na nafsi husalia na kuenda Mbinguni au Jehanamu.

Mungu alipowaumba wanyama, hakuwawekea pumzi ya uzima kama ya wanadamu, hivyo wanyama wana mwili na nafsi tu. Wanyama pia wana kitengo cha kumbukumbu katika bongo zao. Wanaweza kukumbuka walichoona na kuskia katika maisha yao. Lakini kwa sababu hawana roho, hawana moyo wa kiroho. Wanachoona na kusikia kipo tu katika hifadhi ya kumbukumbu ya seli za ubongo wao.

Mhubiri 3:21 inasema, "Ni nani ajuaye kama roho ya binadamu huenda juu, na kama roho ya mnyama huenda chini? Mstari huu unasema ,roho ya binadamu'. Neno ,roho' ambayo huwakilisha nafsi ya mwanadamu, linatumika kwa sababu, katika enzi za Agano la Kale kabla ya Yesu kuja duniani, roho iliyobaki kwa watu ilikuwa ,imekufa'. Kwa hivyo, iwapo walikuwa wameokolewa au la, walipokufa inasemekana kwamba ,roho' yao au ,nafsi' yao imewaacha. Nafsi ya mwanadamu ,kwenda juu' inamaanisha kwamba nafsi zao hazipotei bali huenda Mbinguni au Jehanamu. Kwa upande mwingine, nafsi ya wanyama huenda chini, kumaanisha kwamba inakufa. Seli za ubongo wao hufa wanyama wanapokufa na yaliyomo katika ubongo pia hukoma kuishi. Hawana tena kazi za nafsi. Katika hadithi nyingine, paka ama nyoka weusi hulipiza kisasi dhidi ya watu, lakini hadithi kama hizo hazifai kuchukuliwa kuwa kweli.

Wanyama wana kazi ya nafsi, lakini ni kazi kidogo ambayo ni muhimu kwa kuishi kwao. Ni matokeo ya silika. Wana hofu ya kifo kwa kupitia silika. Wanaweza kuwa wakinzani au kuonyesha woga wanapotishiwa lakini hawawezi kulipiza kisasi. Wanyama hawana roho, kwa hivyo hawawezi kamwe kumtafuta Mungu. Samaki wangefikiria namna za kukutana na Mungu wanapoogelea? Wanadamu, hata hivyo, wana daraja tofauti kabisa wa kazi ya nafsi, ambao ni mgumu kabisa kushinda ule wa wanyama. Wanadamu wana uwezo wa kufikiria kuhusu vitu ambavyo sio fikra tu za silika za kuishi. Wanaweza kuendeleza ustaarabu, fikiria maana ya maisha, au kuendeleza mawazo ya kifalsafa ama ya kidini.

Wanadamu wana kazi za nafsi katika daraja la juu kwa sababu, zaidi ya mwili wao na nafsi yao, wamejaliwa pia kuwa na roho. Hata wale watu ambao hawamwamini Mungu wana roho. Hiyo inaelezea kwa kiasi fulani ambacho hakiko wazi, wanavyoweza kuhisi eneo la kiroho na kuwa na hisia ya woga wa maisha baada ya kifo. Kuwa na roho ambayo ni sawa na roho iliyokufa wanatawaliwa kikamilifu na nafsi zao. Wakitawaliwa na nafsi, wao hutenda dhambi na mwishowe matokeo yake ni kwenda Jehanamu.

Mwanadamu wa Nafsi

Adamu alipoumbwa, alikuwa mwanadamu wa kiroho ambaye aliwasiliana na Mungu. Yaani, roho yake ilikuwa mtawala wake na nafsi yake ilikuwa kama mtumishi ikaitii roho yake. Bila shaka, hata wakati huo nafsi ilikuwa na jukumu la kukumbuka na kufikiri, lakini kwa sababu hapakuwepo na uwongo ama mawazo mabaya, nafsi ilifuata tu maagizo ya roho ambayo ilitii neno la Mungu.

Lakini baada ya Adamu kula kutoka kwa mti wa ujuzi wa mema na mabaya na roho yake ikafa, alikuwa mwanadamu wa nafsi ambayo ilitawaliwa na Shetani. Alianza kupokea mawazo na matendo ya uwongo. Sasa wanadamu walizidi kujitenga na ukweli, kwa maana Shetani alitawala nafsi zao na kuwaongoza katika njia ya uwongo. Kwa hivyo, wanadamun wa nafsi ni wale ambao roho zao zimeshakufa na hawawezi kupokea maarifa yoyote ya roho kutoka kwa Mungu.

Wanadamu wa nafsi ambao roho yao ishakufa hawawezi kupokea wokovu. Ndivyo ilivyokuwa kwa Anania na Safira katika kanisa la kwanza. Walimwamini Mungu, lakini hawakuwa na imani ya kweli. Walichochewa na Shetani wamdanganye Roho Mtakatifu na Mungu. Walifanyika nini?

Matendo ya Mitume 5: 4-5 inasema, ‚Hukumwambia uongo mwanadamu, bali Mungu.‟ Anania aliposikia maneno haya akaanguka, akafa. Hofu nyingi ikawapata watu wote walioyasikia haya.‟

Kwa sababu inasema tu ‚akafa‘, tunaweza kuhitimisha kwamba hakuokolewa. Kinyume chake, Stefano alikuwa mwanadamu wa roho aliyeyatii mapenzi ya Mungu. Alikuwa na upendo mkuu wa kutosha kuwaombea waliokuwa wanampiga kwa mawe. Aliiweka ‚roho‘ yake katika mikono ya Bwana alipokuwa akiuawa kwa sababu ya imani yake.

Matendo ya Mitume 7: 59 inasema, 'Wakampiga kwa mawe Stefano, naye akiomba, akisema, Bwana Yesu, pokea roho yangu!" Alipokea roho Mtakatifu kwa kumkubali Yesu Kristo na roho yake ilikuwa ishafufuliwa na hivyo aliomba, '...pokea roho yangu!" Inamaanisha aliokolewa. Kuna kifungu kinachosema tu 'uzima' badala ya 'nafsi' ama 'roho'. Eliya alipomfufua mwanawe mjane wa Sarepta, inasema uzima wa mtoto ukarudi. 'Bwana akaisikia sauti ya Eliya; na roho ya mtoto ikamrudia, akafufuka" (1 Wafalme 17: 22).

Kama inavyosemwa katika nyakati za Agano la kale, watu hawakupokea Roho Mtakatifu, na roho zao hazingeweza kufufuliwa. Hivyo, Biblia haisemi 'roho' hata ingawa mtoto alifufuliwa.

Kwa nini Mungu Aliamrisha Waamaleki Waangamizwe Wote?

Wanaisraeli walipotoka Misri na wakawa wanaelekea Kanaani, jeshi ya Amaleki liliwazuia katika njia yao. Hawakumuogopa Mungu ambaye alikuwa na Wanaisraeli hata baada ya kusikia mambo makuu aliyodhihirisha Mungu huko Misri. Waliwashambulia Wanaisraeli miongoni mwa waliobaki nyuma yao walipokuwa wamechoka na kuzimia (Kumbukumbu La Torati 25:17-18).

Mungu alimuamuru Mfalme Saulo awaangamize Waamaleki wote kwa sababu ya hayo (1 Samueli mlango wa 15). Mungu alimuamuru awaue wamaume wote, wanawake na watoto wote, vijana na wazee, na hata mifugo yao.

Tusipokuwa na ufahamu kuhusu roho, hatuwezi kuelewa amri kama hiyo. Mtu anaweza kushangaa, 'Mungu ni mwema na ni upendo. Kwa nini atoe amri kama hiyo ya kuwaua watu kikatili kana kwamba hao ni wanyama?"

Lakini ukifahamu umuhimu wa kiroho wa tukio hili, unaweza kufahamu sababu ya Mungu kutoa hiyo amri. Wanyama pia wana nguvu ya kumbukumbu, hivyo wakifundishwa wanaweza kuikumbuka na kutii wakuu wao. Lakini kwa sababu hawana roho, watarudi tu kwa vumbi chache. Hawana thamani yoyote machoni pa Mungu. Vivyo hivyo, wale ambao roho zao zimekufa na wale ambao hawawezi kuokolewa wataenda Kuzimu, na kama wanyama wasiokuwa na roho, hawana thamani kwa Mungu.

Waamaleki hasa walikuwa wajanja na wakatili. Hata wangepewa wakati gani zaidi, hawakuwa tena na nafasi ya kubadilika ama kutubu kuliko awali. Kama kungekuwepo na mwenye haki yeyote, au yeyote aliyekuwa na uwezo wa kutubu au kuacha njia zao, Mungu angejaribu kuwaokoa kwa namna yoyote ile. Kumbuka ahadi ya Mungu kwamba hangeharibu Sodoma na Gomora iliyojaa dhambi kama kungekuwepo tu na wanadamu kumi watakatifu jijini.

Mungu amejaa rehema si mwepesi wa hasira. Lakini kwa wale Waamaleki, kamwe hawakuwa na nafasi ya kupokea wokovu hata kama wangepewa muda gani. Hawakuwa ngano bali walikuwa makapi ambayo yangeharibiwa. Ndiyo maana Mungu aliamuru kuharibiwa kwa Waamaleki waliompinga Mungu.

Mhubiri 3: 18 inasema, „Nikasema moyoni mwangu, Ni kwa sababu ya wanadamu, ili Mungu awajaribu, nao waone ya kuwa wao wenyewe wafanana na wanyama." ‚Mungu alipowajaribu, hawakuwa tofauti na wanyama. Wale ambao roho zao zimekufa hutumia tu nafsi na mwili, hivyo wanatenda tu kama wanyama. Kwa kweli, katika ulimwengu huu wa leo ambao umejaa dhambi, kuna watu wengi sana ambao ni wabaya zaidi kuliko wanyama. Ni wazi hawawezi kuokolewa. Kwa upande mmoja, wanyama hufa na kuangamia. Kwa upande mwingine, kama hawajaokolewa, wanadamu lazima waende Jehanamu. Mwishoni, ni wabaya zaidi kuliko wanyama.

2. Utendaji kazi Mbalimbali wa Nafsi katika Nafasi ya Kimwili

Katika mwanadamu wa asili, roho ndiyo iliyomtawala mwanadamu, lakini kutokana na dhambi ya Adamu, roho yake ilikufa. Nguvu ya kiroho ilianza kuvuja, na nguvu ya mwili ikachukua nafasi yake. Kutokea wakati huo utendaji kazi wa nafsi wa uwongo ulianza.

Kuna aina mbili za utendaji kazi wa nafsi. Moja ni ya mwili na nyingine ni ya roho. Adamu alipokuwa roho iliyo hai, aligaviwa ukweli peke yake moja kwa moja kutoka kwa Mungu. Kwa njia hii alikuwa tu na kazi za nafsi ya roho. Yaani, kazi hizi za nafsi zilikuwa za ukweli. Lakini roho yake ilipokufa, kazi za nafsi za uwongo zilianza.

Luka 4: 6 inasema, ‚Ibilisi akamwambia, Nitakupa wewe enzi

hii yote, na fahari yake, kwa kuwa imo mikononi mwangu, nami humpa yeyote kama nipendavyo." Hili ni tukio ambapo ibilisi alikuwa akimjaribu Yesu. Ibilisi alisema kwamba amekabidhiwa mamlaka, na sio kwamba alikuwa nayo tangu awali. Adamu aliumbwa kama bwana wa viumbe wote, lakini alikuwa mtumwa wa ibilisi kwa sababu alitii dhambi. Kwa sababu hii mamlaka ya Adamu yalikabidhiwa ibilisi na Shetani. Tangu hapo nafsi ilianza kutawala wanadamu na wanadamu wote walikuwa chini ya utawala wa adui ibilisi na Shetani.

Shetani hawezi kutawala roho au moyo wa ukweli wa mwanadamu. Hutawala nafsi ya wanadamu ili aichukue mioyo yao. Shetani huweka aina mbalimbali ya uwongo katika mawazo ya wanadamu. Kwa kiasi kwamba huteka kazi za nafsi ya wanadamu, anaweza kutawala pia moyo wa wanadamu.

Adamu alipokuwa roho inayoishi, alikuwa tu na maarifa ya ukweli, na hivyo moyo wake wenyewe ulikuwa roho yake. Lakini tangu mawasiliano na Mungu yalipokatwa, hakuweza kupatiwa maarifa ya ukweli au nguvu ya kiroho tena. Badala yake, alikuja kukubali maarifa ya uwongo yaliyosambazwa na Shetani kupitia kwa nafsi. Haya maarifa ya uwongo yalikuja kuunda moyo wa uwongo katika mioyo ya wanadamu.

Haribu Utendaji Kazi wa Nafsi ya Mwili

Je, umewahi kusema maneno fulani bila kuficha au kufanya kitu ambacho kamwe hukufikiria kwamba ungekisema ama kukifanya? Hii ni kwa sababu wanadamu wanatawaliwa na nafsi. Kwa sababu nafsi huifunika roho, roho zetu zinaweza kufanya kazitu wakati tunapovunja vunja kazi za nafsi ya mwili. Basi tutawezaje kuharibu utendaji kazi wa nafsi ya mwili? Jambo la muhimu zaidi ni kwamba ni lazima tukiri ukweli kwamba maarifa yetu na mawazo yetu hayako sawa. Ni kwa kufanya hivyo peke yake ndipotunaweza kuwa tayari kukubali Neno la ukweli, ambalo ni tofauti na mawazo yetu.

Yesu alitumia mifano kuharibu mawazo mabaya ya wanadamu (Mathayo 13: 34). Hawakuweza kuelewa vitu vya kiroho kwa sababu mbegu yao ya uzima ilisongwa na nafsi, kwa hivyo Yesu akajaribu kuwafanya waelewe kupitia mifano kwa kutumia vitu vya ulimwengu huu. Lakini Mafarisayo pamoja na wanafunzi wake wote hawakumuelewa. Walifasiri kila kitu kwa kigezo cha mawazo yao yasiyogeuka na mawazo ya uwongo ya kimwili, na hivyo hawangeweza kuelewa chochote cha kiroho.

Washika sheria wa wakati huo walimhukumu Yesu kwa kumponya mgonjwa siku ya Sabato. Ukifikiria tu kwa akili ya kawaida, unaweza kuona kwamba Yesu ni mwanadamu ambaye anatambuliwa na kupendwa na Mungu kwa sababu alifanya kitendo cha nguvu ambacho ni Mungu tu ndiye angeweza kukifanya. Lakini hao washika sheria hawakuweza kuelewa moyo wa Mungu kwa sababu ya desturi za wazee wao na mifumo ya akili zao. Yesu alijaribu kuwafanya waelewe mawazo yao mabaya na dhana zao za kibinafsi.

Luka 13: 15-16 inasema, 'Lakini Bwana akajibu akasema, Enyi wanafiki, kila mmoja wenu, je! Hamfungui ng'ombe wake au punda wake siku ya sabato katika zizi, aende naye kumnywesha? Na huyu mwanamke, aliye wa uzao wa Ibrahimu,

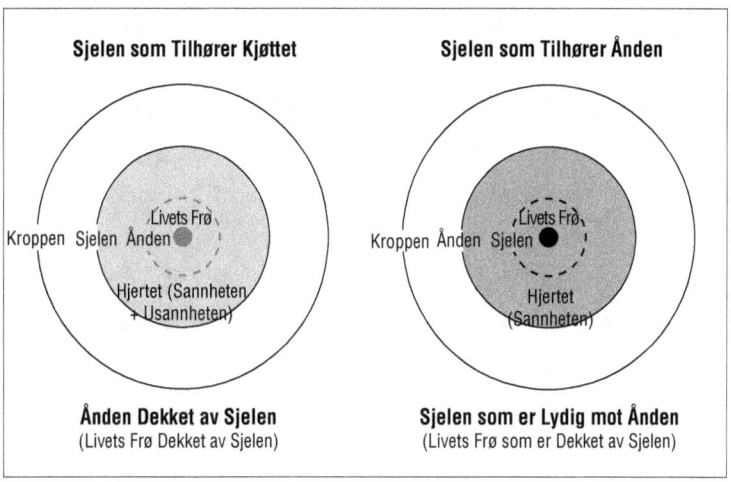

ambaye Shetani amemfunga miaka kumi na minane hii, haikupasa afunguliwe kifungo hiki siku ya sabato?"

Aliposema hili, wapinzani wake wote walikuwa wakifedheheka; na umati mzima ulikuwa ukifurahia vitu vyote tukufu alivyokuwa akifanya. Kwa kweli, walikuwa na nafasi ya kugundua mfumo mbaya wa akili zao. Yesu alijaribu kuharibu fikira za wanadamu kwa kuwa bila fikira zao kuharibiwa hawawezu kufungua mioyo yao.

Natuangalie Ufunuo 3: 20, ambayo inasema:

Tazama, nasimama mlangoni, nabisha; mtu akiisikia sauti yangu, na kuufungua mlango, nitaingia kwake, nami nitakula pamoja naye, na yeye pamoja nami.

Katika kifungu hiki, ‚mlango' huashiria lango la fikira, yaani ‚nafsi'. Bwana hubisha katika milango ya fikira zetu kwa Neno la ukweli. Katika wakati huu tukifungua mlango wa fikira zetu, yaani tukiharibu nafsi zetu na kukubali Neno la Bwana, mlango wa moyo wetu utafunguliwa. Kwa njia hii, Neno lake likija moyoni mwetu, tunaanza kulitekeleza Neno la Mungu. Huku ni ‚kula' na Bwana. Tukikubali tu Neno lake kwa ‚Amina', hata kama neno lake halilingani na fikira zetu au nadharia zetu, basi, tunaweza kuziharibu kazi za mwili za uwongo.

Kama ilivyoelezwa, kwanza ni lazima tufungue mlango wa fikira zetu kisha tufungue mlango wa moyo wetu, ili injili iweze kufikia mbegu ya uzima, ambayo imezingirwa na nafsi ya wanadamu. Ni kama mgeni akitembelea nyumba nyingine. Ili mgeni aliye nje ya nyumba akutane na mwenyeji, ni lazima afungue lango kuu, aingie kwa nyumba, na pia afungue mlango wa varanda ili kuingia sebuleni.

Kuna njia nyingi za kubomoa kazi za nafsi ya mwili. Kuruhusu watu wafungue mlango wa fikira zao na wa moyo wao waikubali injili. Kwa watu wengine ni heri kuwapa maelezo ya kimantiki, huku kwa wengine ni heri kuwaonyesha nguvu ya Mungu au kuwapa istiari nzuri na mifano mizuri. Pia, tunastahili kila mara kuharibu kazi za nafsi za uongo katika ukuaji wa imani kwa wale ambao tayari washaikubali injili. Kuna waumini wengi ambao hawaendelei kukua atika imani na roho. Hii ni kwa sababu hawana utambuzi wa kiroho unaoendelea kwa sababu ya kazi zao za nafsi inayomilikiwa na mwili.

Kuumbwa kwa Kumbukumbu

Ili tuwe na kazi za nafsi zinazotakiwa, tunahitaji kujua jinsi maarifa yanayopatwa husalia kama kumbukumbu. Wakati mwingine tunaona au kuskia kitu waziwazi, lakini baadaye ni vigumu tukumbuke chochote kukihusu. Kwa upande mwingine, tunakumbuka kitu waziwazi sana mpaka hatukisahau hata baada ya muda mrefu. Tofauti hii hutoka kwa njia iliyotumika kuweka vitu katika mfumo wetu wa kumbukumbu.

Njia ya kwanza ya kuhifadhi kumbukumbu ni kuiona tu hivihivi bila uangalifu. Tunasikia au kuona kitu, lakini hatuwi makini nacho hata kidogo. Tuseme unarudi mjini kwenu kwa gari ya moshi. Unaona mashamba ya ngano na mimea mingine. Lakini kama umejawa na fikira nyingine, baada ya kuwasili mjini mwenu huwezi kamwe kukumbuka uliyoyaona ukiwa katika gari ya moshi. Pia, iwapo wanafunzi wanasinzia darasani, hawawezi kukumbuka yaliyofunzwa darasani.

Pili, kuna kumbukumbu ya kawaida. Ukiona mashambaya ngano nje ya dirisha, unaweza kuyahusisha na wazazi wako. Unamkumbuka babako ambaye ni mkulima unapoona shamba, kisha baadaye unaweza kukumbuka kwa uvuguvugu kile ulichokiona. Pia, katika darasa, wanafunzi wanaweza kukumbuaka kwa kawaida mwalimu anachosema. Wanaweza kukumbuka kile walichosikia baada ya darasa tu, lakini baada ya siku kadhaa watakisahau.

Tatu, ni kuweka kumbukumbu. Kama wewe ni mkulima

pia, unapoona mashamba a ngano na mimea mingine, utakuwa makini kwa yale unayoyaona. Kwa uangalifu utaona jinsi mashamba yanavyotunzwa, au jinsi „nyumba za kioo" za kuhifadhi mimea zilivyojengwa, na unataka kuvijaribu katika ukulima wako mwenyewe. Unaumakinikia kwake na kuuhifadhi ubongoni mwako, ili uweze kukumbuka maelezo yake ya kina hata baada ya kufika mjini kwako. Pia, darasani, mwalimu akisema, „Tutakuwa na mtihani baada ya hili darasa. Utaondolewa alama tano kwa kila jibu utalokosa." Kisha, yamkini watafunzi watajaribu kuwa makini na kukumbuka mafunzo darasani. Aina hii ya kumbukumbu itakaa kwa muda mrefu ikilinganishwa na za awali.

Nne, ni kuhifadhi katika ubongo na katika moyo. Tuseme unatazama sinema ya kusikitisha. Unahisi uchungu wa mwigizaji na kuingia kwenye hadithi sana mpaka wewe nawe unalia sana. Katika kisa hiki, hadithi hii haitawekwa tu katika kumbukumbu yako bali itawekwa pia moyoni mwako. Yaani, imehifadhiwa na hisia moyoni na pia katika kumbukumbu ndani ya seli za ubongo wako. Vitu ambavyo vimehifadhiwa kwa nguvu katika kumbukumbu na katika moyo vitasalia isipokuwa kama seli za ubongo zitaharibiwa. Pia, hata kama ubongo umeharibiwa, kilichoko moyoni bado husalia.

Mtoto mdogo akishuhudia mamake akifa kwa ajali barabarani, atashtuka kwa kiasi gani! Katika kisa hiki, matukio na hisia za huzuni zitahifadhiwa moyoni mwake. Vinahifadhiwa katika kumbukumbu yake na moyo wake na hivyo ni vigumu kwake kuvisahau. Tumeangalia njia nne za kuweka kumbukumbu. Tukielewa jambo hili vizuri, litatusaidia kudhibiti kazi za nafsi.

Mambo Unayotaka Kuyasahau, lakini Unayakumbuka Wakati Wote

Wakati mwingine, tunakumbushwa kila mara kuhusu vitu ambavyo hatutaki kuvikumbuka. Je, ni kwa nini? Ni kwa sababu vimehifadhiwa katika ubongo na moyo pamoja na mihemko.

Tuseme unamchukia mtu. Kila mara umfikiriapo, unateseka kwa sababu ya chuki ambayo uliyo nayo. Katika hali kama hii, ni lazima kwanza ufikirie juu ya Neno la Mungu. Mungu anatuambia tuwapende hata adui zetu, na Yesu aliwaombea wale waliokuwa wakimsulubisha ili wasamehewe. Moyo aupendao Mungu ni moyo wenye wema na upendo, hivyo inatubidi tuung;oe moyo wa uongo tunaopewa na adui ibilisi na Shetani.

Katika hali nyingi tukiangalia sababu ya kimsingi, tunatambua ya kwamba tunachukia wengine kwa sababu ya vitu visivyo na maana. Tunaweza kutambua ni kitu gani tunachokosa kukitii kulingana na Neno la Mungu tukijitafakari na 1 Wakorintho mlango wa 13 ambayo inasema kwamba inatubidi tutafute faida ya wengine, tuwe wapole na kuwaelewa wengine. Tunapotambua kwamba hatutendi kwa haki, chuki moyoni mwetu inaweza kupotea polepole. Tukihisi na kutia wema kwanza, hatuna haja ya kuteseka kwa sababu ya fikira mbaya. Hata watu wengine wakifanya jambo usilolipenda, bado hutawachukia utakapoweka hisia katika fikira njema, „Lazima wana sababu."

Ni Lazima Tujue Ni Nini Kinaingizwa Pamoja na Uwongo

Sasa, tunapaswa kufanya nini juu ya uongo ambao tayari tushauweka pamoja na hisia za uwongo?

Kama kitu kimepandwa katika kilindi cha moyo wako, utakikumbuka hata kama hutajaribu kukifikiria kwa fahamu zako. Katika hali hii, tunafaa kubadilisha hisia zinazohusiana na jambo hilo. Badala ya kujaribu kutofikiria kuhusu jambo hilo, badilisha fikira. Kwa mfano, unaweza kubadilisha fikira zako kuhusu mtu unayemchukia. Unaweza kuanza kufikiria kutoka kwa upande wake na kuelewa kwamba mahali alipokuwa angetenda alivyotenda.

Pia, unaweza kufikiria kuhusu hoja zake nzuri na kumuombea pia. Unapojaribu kusema naye kwa maneno mazuri ya kufariji, mpe zawadi ndogo, na kumuonyesha matendo ya upendo, hisia za chuki zitageuka kuwa hisia za upendo. Kisha, hutateseka tena ukimfikiria.

Kabla sijamkubali Bwana, nilipokuwa katika kitanda cha ugonjwa kwa miaka saba, niliwachukia watu wengi. Sikuwa na tiba na matumaini yote ya uzima yalikuwa yamenitoka. Ni madeni tu yaliongezeka na familia yangu ilikuwa karibu kusambaratika. Ilimbidi mke wangu atafute riziki na jamaa zangu hawakuikaribisha familia yangu kwa sababu tulikuwa mzigo kwao.

Uhusiano mwema kati ya ndugu zangu pia ulikuwa umeharibika. Wakati huo nilifikiria hali yangu ngumu pekee, na nikawachukia kwa kuniacha. Nilimchukia mke wangu ambaye mara nyingi alifunga virago na kuondoka, na familia yake ambao waliumiza hisia zangu kwa maneno makali. Kila nilipowaona wakinitazama kwa macho yao ya dharau, chuki yangu ilizidi kuongezeka. Lakini siku moja chuki na kisasi vyote viliondoka.

Nilipomkubali Bwana na kulisikiza Neno la Mungu, nikatambua kosa langu. Mungu anatuambia tuwapende hata adui zetu na akamtoa mwanawe wa pekee kama sadaka ya upatanisho kwetu. Lakini mimi nilikuwa mtu wa aina gani kwamba nilikuwa na chuki na kisasi. Nilianza kufikiria kutoka upande wao. Tuseme nina dada na alipata mume asiyefaa. Inambidi afanye kazi kwa bidii ili apate riziki. Basi, ningefikiria nini kuhusu hali hiyo? Nilipoanza kufikiria kwa mtazamo wao, ningeweza kuwaelewa na basi nikafahamu kuwa lawama yote ilikuwa ni juu yangu.

Nilipobadili fikra zangu, nikawaishukuru familia ya mke wangu. Wakati mwingine walitupatia mchele na mahitaji mengine, na nikawashukuru kwa hayo. . Pia, katika wakati ule mgumu, nilimkubali Bwana na kufahamu kuhusu mbingu, na nikashukuru kwa hilo pia. Nilipobadili fikira, nilishukuru kwa kuwa mgonjwa na kwa kukutana na mke wangu. Chuki yangu yote ikabadilika na kuwa upendo.

Utendaji Kazi wa Nafsi inayomilikiwa na Uongo

Ukiwa na kazi za nafsi ya uongo, unaweza kuumiza sio tu wewe binafsi bali pia watu wengine. Basi, sasa hebu tuangalie hali ya kawaida ya kazi za nafsi ya uongo ambayo tunaweza kukutana nazo katika maisha yetu ya kila siku.

Kwanza, ni kutowaelewa wengine na kutoweza kuelewa na kuwakubali wengine.

Watu hukuza hisia tofauti, maadili na dhana tofauti kuhusu mambo mazuri. Wengine wanapenda nguo zinazometameta ama zilizo na miundo ya kipekee ilhali wengine wanapenda zenye muundo rahisi na nadhifu. Hata kwa sinema moja, watu wengine wataifurahia ilhali wengine hawataifurahia.

Kutokana na tofauti hizo, tunajipata tukiwa na hisia zisizopendeza kuwahusu wengine ambao wanatofautiana nasi bila ya kujua. Mtu mmoja ni mchangamfu na mwenye kuzungumza wazi wazi na moja kwa moja kuhusu kile asichopenda. Mtu mwingine haonyeshi hisia zake vizuri, na huchukua muda mrefu kuamua kitu kwa vile anafikiria uwezekano wote kwa undani. Kwa upande mwingine, yule wa kwanza, atamuona wa pili akiwa mwenye kutenda mambo polepole bila wepesi wowote. Kwa upande mwingine, huyo wa pili atamuona wa kwanza akiwa mwenye haraka na mshari kidogo na kutaka kumuepuka.

Kama katika mfano huu, kama huwezi kuwakubali au kuwaelewa wengine, hii ni kazi za nafsi ya uongo. Ikiwa tunapenda kile tunachokipenda, na ikiwa tunafikiri tu kile ambacho kinaonekana kuwa haki machoni mwetu basi hatutaweza kuwaelewa na kuwakubali wengine.

Pili, ni kuwahukumu wengine.

Kuhukumu ni kuwa na hitimisho kumhusu mtu ama kitu kulingana na mifumo yetu ya kufikiria au hisia zetu wenyewe. Katika baadhi ya nchi, ni ujeuri kutoa makamasi ukiwa umeketi kwenye meza ya kulia. Katika nchi nyingine, hivyo havina ubaya wowote. Katika nchi nyingine ni ujeuri kubakisha chakula ilhali katika nchi nyingine inakubalika na inachukuliwa kuwa ni tabia nzuri.

Mtu mmoja alimwona mwingine akila kwa mikono na akamuuliza kama kula kwa mikono is uchafu. Akamjibu akasema, „Ninanawa mikono yangu, kwa hiyo najua ni misafi. Lakini sijui kama uma au kisu hiki ni kisafi kiasi gani. Kwa hivyo mikono yangu ni misafi zaidi." Kulingana na aina ya mazingira tulimokuzwa na aina ya mambo tuliyojifundisha, hisia na fikira zetu zitatofautiana hata katika hali sawa. Kwa hivyo, lazima tusihukumu kati ya zuri na baya kulingana na vigezo vya wanadamu ambavyo si kweli.

Wengine huhukumu wakifikiri kuwa watu wengine watafanya vivyo hivyo wanavyofanya wao. Wale ambao husema uongo hufikiria wengine wanadanganya pia. Wale wanaofurahia umbeya hufikiria wengine hufanya vivyo hivyo.
Tuseme kwa mfano umwone mwanamume na mwanamke ambao unawafahamu wamesimama pamoja hotelini. Unaweza kuwahukumu ukifikiria, „Lazima walikuwa pamoja hotelini.

Nilifikiri walikuwa wanatazamana kwa njia maalum."

Lakini hakuna namna unaweza kujua kama huyo mwanamume na mwanamke walikuwa na mazungumzo kwenye mkahawa wa hoteli au walikutana tu kwa ghafla barabarani. Ikiwa utawahukumu na kuwahesabu kuwa wenye hatia na hata kuwaeleza watu wengine, watu wale wanaweza kufanyiwa dhuluma kubwa sana kutokana na uvumi huo.

Majibu yasiyofaa pia hutokana na hukumu. ukimuuliza mtu mwenye mazoea ya kuingia kazini kuchelewa "Umekuja saa ngapi leo?" Anaweza kukujibu, „Leo sikuchelewa." Wewe ulimwuliza tu wakati alioingia ofisini. Lakini yeye akachukulia kwamba ulikuwa unamhukumu kwa hivyo akakupa jibu lisilofaa kabisa.

1 Wakorintho 4: 5 inasema, ,'Basi ninyi msihukumu neno kabla ya wakati wake, hata ajapo Bwana; ambaye atayamulikisha yaliyositirika ya giza, na kuyadhihirisha mashauri ya mioyo; ndipo kila mtu atakapoipata sifa yake kwa Mungu."

Kuna hukumu nyingi na kusabiana hatia kwingi humu ulimwenguni, si tu katika kiwango cha watu binafsi bali hata katika viwango vya kifamilia, kijamii, kisiasa na hata kimataifa. Maovu haya husababisha ugomvi na huletea huzuni. Watu huishi katika kuhukumu kwingi bila hata kutambua ukweli huo. Kwa kawaida, wakati mwingine hukumu zao huenda zikawa kweli lakini wakati mwingi si za kweli. Hata kama ni kweli, kuhukumu kwenyewe ni uovu na imekatazwa na Mungu na kwa hivyo hatufai kuhukumu.

Tatu, ni kuhesabu kuwa na hatia

Watu hawawahukumu watu tu na mawazo yao, bali pia huwahesabu kuwa na hatia. Watu wengine huugua sana maumivu ya kiakili kwa sababu ya kauli za uhasama juu yao katika mtandao. Kuhukumu na kuhesabu kuwa na hatia hufanyika katika maisha yetu ya kila siku. Mtu akikupita bila hata kukusalimu, waweza kumhesabia hatia ya kumwona kwamba ana makosa ya kukupuuza makusudi. Lakini labda hakukutambua au alikuwa na fikira nyingine akilini, lakini utamhesabia hatia tu kulinganana na hisia zako.

Ndiyo maana Yakobo 4:11-12 inatuonya:

Ndugu, msisingiziane; Amsingiziaye ndugu yake, au kumhukumu ndugu yake, huisingizia sheria na kuihukumu sheria. Lakini ukiihukumu sheria, huwi mtenda sheria, bali umekuwa hakimu. Mtoa sheria na mwenye kuhukumu ni mmoja tu, ndiye awezaye kuokoa na kuangamiza. U nani wewe umhukumuye mtu mwingine?

Kuhukumu au kuwahesabia hatia watu wengine ni kiburi cha kutenda kama Mungu. Watu kama hawa wameshajihesabia hatia wenyewe. Ni tatizo kuu zaidi kuhukumu au kuhesabu hatia juu ya vitu vya kiroho. Watu wengine huhukumu na kuhesabia hatia kazi za nguvu ya Mungu ama majaliwa ya Mungu kulingana na mifumo yao ya kiakili na fahamu zao.

Ikiwa mtu atasema, „Nimeponywa ugonjwa usiokuwa na tiba kupitia kwa maombi!" basi wale wenye mioyo mizuri wataamini.

Lakini wengine watahukumu kwa kusema, "Ugonjwa wawezaje kuponywa kwa maombi? Labda haukuchunguzwa vizuri au anafikiria tu kuwa amepona." Wengine huenda wakamhukumu kuwa anasema uongo. Watu huhukumu na kuhesabia hatia hata katika rekodi za Bibilia kuihusu Bahari ya Shamu kugawanywa, jua na mwezi kusimamishwa, maji machungu kubadilishwa kuwa matamu, wakisema kuwa ni hadithi tu za kubuniwa.

Watu wengine husema kuwa wanamwamini Mungu ilhali wanahukumu na kuhesabia hatia kazi za Roho Mtakatifu. Ikiwa mtu atasema kuwa macho yake ya kiroho yamefumbuliwa kwamba anaweza kuuona eneo la kiroho, ama anawasiliana na Mungu, na kisha bila kujali aseme kuwa ni mkosa ama ni imani isiyoeleweka. Kazi kama hizi zimehifadhiwa kwenye Biblia, lakini watazikemea kwa kutegemea mifumo ya imani zao wenyewe.

Kulikuwa na watu wengi kama hawa wakati wa Yesu. Yesu alipowaponya wagonjwa katika siku ya Sabato, walipaswa kuweka msisitizo juu ya uwezo wa Mungu uliodhihirishwa kupitia kwa Yesu. Kama hayangekuwa mapenzi ya Mungu, kazi kama hizi hazingefanyika kupitia kwa Yesu. Lakini Mafarisayo walimhukumu na kumhesabia hatia Yesu, Mwana wa Mungu, kwa dhana zao wenyewe na mifumo yao ya kiakili. Ukihukumu na kuzitia kazi za Mungu makosani, hata kama ni kwa sababu huujui ukweli vizuri, bado ni dhambi ya kifo. Ni lazima uwe mwangalifu kwa kuwa unaweza kukosa nafasi ya kutubu ukipinga ama ukisema kinyume au ukimkufuru Roho Mtakatifu.

Utendaji kazi wa nne wa nafsi katika uongo ni kutoa ujumbe ulio makosa au wenye kasoro.

Tunapotoa ujumbe, huwa tunaelekea kutia hisia zetu au fikira zetu wenyewe na kwa hivyo kuupotosha ujumbe. Hata kama tutapitisha ujumbe uleule, maana asili iliyokusudiwa inaweza kubadilishwa kulingana na viashirio vya usoni na toni ya sauti. Kwa mfano, hata tukimwita mtu kwa neno lilo hilo kama „hey!", Ukimwita kwa sauti nyororo na ya kirafiki, na ukiita kwa sauti yenye hasira na kiburi maana tofauti kabisa zitajitokeza. Aidha, ikiwa hatuwezi kupitisha maneno sahihi na tuyabadilishe na maneno yetu wenyewe basi maana asili mara nyingi hupotea.

Tunaweza kupata mifano hii katika maisha yetu ya kila siku kama kutia chuku ama kufupisha yaliyosemwa. Wakati mwingine, muktadha unabadilika kabisa. „Si hiyo ni kweli?" inakuwa „Ni kweli, au sivyo?" na „Tunapanga ku..." ama „Huenda tuka..." inakuwa „Yaonekana tutaenda ku..."

Lakini tukiwa na mioyo ya ukweli hatutapotosha ukweli kwa njia zetu za kufikiria. Tutaweza kupitisha ujumbe kwa usahihi zaidi hivyo kwamba tuweze kuondoa mioyo yenye uovu na tabia kama vile kujinufaisha, kutojaribu kuwa sahihi, kuwa na haraka kuhukumu na kuwasema wengine vibaya. Kuanzia Yohana 21: 18 ni neno la Bwana Yesu kuhusu kufia dini kwa Petro. Inasema, „Akasema, Amin, amin, nakuambia, Wakati ulipokuwa kijana, ulikuwa ukijifunga mwenyewe na kwenda utakako; lakini utakapokuwa mzee, utainyosha mikono yako, na mwingine atakufunga na kukuchukua usikotaka."

Kisha Petero akataka kujua zaidi kuhusu Yohana na akauliza.

,'Bwana, na huyu je?" (ms. 21) Kisha, Yesu akajibu, 'Ikiwa nataka huyu akae hata nijapo, imekupasaje wewe? Wewe unifuate mimi!' (kif 22) Je, unafikiri ujumbe huu ulipitishwaje kwa wanafunzi wengine? Biblia inasema kuwa walisema mwanafunzi huyo hawatakufa. Yesu alimaanisha kuwa haikuwa kazi ya Petero kujali juu ya Yohana hata ikiwa Yohana ataishi hadi kurudi kwa Bwana. Lakini wanafunzi wale walifikisha ujumbe potofu kabisa kwa kuongeza fikira zao wenyewe.

Tano ni mihemko mibaya au hisia ngumu

Kwa sababu tuna hisia mbaya za kimwili, kama vile kuudhika, kuumizwa, kiburi, wivu, kukasirika na uhasama, tuna kazi zisizokuwa za kweli za nafsi kutoka kwa hizo hisia mbaya. Hata tukisikia neno lilo hilo, mwitikio wetu utakuwa tofauti kulingana na hisia zetu.

Kwa mfano mkubwa fulani katika kampuni amwambie mfanyikazi, „Kwani huwezi kufanya kazi bora?" huku akiwa anayaota makosa. Katika hali hii, watu wengine wataipokea kwa upole na kutabasamu wakisema, „Nitajaribu kuiboresha wakati mwingine." Lakini wale wenye malalamiko juu ya mkubwa huyo wanaweza kuwa na hisia kali ama chuki kuhusu matamshi ya yule mkubwa. Wanaweza kujiuliza "Kwani ana lazima ya kuonge vibaya namna ile?" au "Na mwenyewe je? Hata hafanyi kazi yake vizuri."

Ama mkubwa akushauri aseme, „Nafikiri itakuwa vyema ukirekebisha hapa namna hii." Kisha wengine wenu watakubali na kusema, „Hilo pia ni wazo zuri. Asante kwa ushauri wako," na kuuchukua ushauri huo. Lakini watu wengine katika hali hii hawatafurahia na watahisi kwamba fahari yao imeumizwa. Kwa sababu ya hisia hizi mbaya, wakati mwingine watalalamika na kusema, ‚Nilijitahidi kufanya kazi hii vizuri, kwa nini amenambia hivyo kirahisi tu? Kama ana uwezo sana, mbona asiifanye mwenyewe?'

Kwenye Biblia, tunasoma kuhusu Yesu akimkemea Petro (Mathayo 16: 23). Wakati wa Yesu kusulubiwa msalabani ulipofika, aliwaambia wanafunzi wake yale yatakayotukia. Petro hakutaka bwana wake ateswe vikali namna hiyo kwa hivyo akasema, „Hasha, Bwana! Hayo hayatakupata"(kif 22).

Wakati huu, Yesu hakujaribu kumtuliza kwa kusema, „Najua unavyohisi. Nashukuru kwa hilo. Lakini lazima niende." Lakini badala yake, alimkemea akisema, „Nenda nyuma yangu, Shetani! U kikwazo kwangu; maana huyawazi yaliyo ya Mungu, bali ya wanadamu" (kif 23).

Kwa sababu njia ya wokovu ingefunguliwa kwa watenda dhambi tu kama Yesu angepitia mateso ya kusulubishwa msalabani, kukataza hayo ilikuwa ni sawa na kuzuia majaliwa ya Mungu. Lakini Petro hakuwa na hisia zozote mbaya au malalamishi dhidi ya Yesu kwa vile alifahamu kuwa chochote alichokisema Yesu kilikuwa na maana fulani. Kwa moyo mzuri kama huo, baadaye Petro akawa mtume aliyetenda mambo makubwa ya uwezo Mungu.

Kwa upande mwingine, ni kitu gani kilifanyika kwa Yuda Iskariote? Katika Mathayo 26, Maria wa Bethania alimmwagia Yesu marhamu ya thamani kubwa . Yuda alifikiri kuwa hayo yalikuwa matumizi mabaya. Akasema, „Maana marhamu hii ingaliweza kuuzwa kwa fedha nyingi wakapewa maskini"(kif 9) Lakini kwa kweli alitaka kuiba pesa zile.

Hapa, Yesu alimsifu yule Maria kwa kwa kitendo alichokifanya kwa majaliwa ya Mungu ambacho kingemtayarisha kwa mazishi yake. Bado, Yuda alikuwa na hisia mbaya na malalamishi dhidi ya Yesu kwa sababu hakuyakiri maneno yake. Hatimaye, alitenda dhambi kubwa kwa kupanga kumsaliti na kumwuza Yesu..

Leo, watu wengi wanatenda kazi za nafsi ambazo si za kweli. Lakini hata tunapoona kitu, hatutakuwa na kazi za nafsi ikiwa hatuna hisia zozote kukihusu. Tunapoona kitu, tunafaa kukomea tu kiwango cha kuona. Hatufai kabisa kutumia fikira zetu kuhukumu ama kukihesabia hatia kwa sababu ni dhambi. Ili tuweze kujihifadhia kweli, ni heri tusione ama kusikia chochote kisicho kweli. Hata ingawa ni lazima tukutane na mambo yasiyo ya kweli, tunaweza kujiweka katika wema ikiwa tutafikiria na kuhisi katika wema.

3. Giza

Shetani ana nguvu zile zile za giza zilizo na Lusifa na anawachochea watu wawe na mawazo maovu na mioyo miovu na kutenda uovu.

Kwa kweli ni pepo ndio wanaotufanya kuwa na kazi za nafsi ya uwongo. Ulimwengu wa pepo uliruhusiwa kuwako ili kutimiza majaliwa ya ukuzaji wa mwanadamu. Wana mamlaka juu ya hewa wakati ukuzaji wa mwanadamu ukiendelea. Kulingana na Waefeso 2:2, inayosema, ambazo mliziendea zamani kwa kuifuata kawaida ya ulimwengu huu, na kwa kumfuata mfalme wa uwezo wa anga, roho yule atendaye kazi sasa katika wana wa kuasi."

Mungu aliwaruhusu watawale mtiririko wa giza hadi wakati ambao Mungu ataumaliza ukuzaji wa wa mwanadamu.

Pepo wa giza huwadanganya watu watende dhambi na kumpinga Mungu. Pia wana amri kali. Mkuu, Lusifa, hutawala giza, kupeana amri na kutawala pepo wachafu walio chini yake. Kuna viumbe wengi wanaomsaidia Lusifa. Ni majoka wenye uwezo wa utendaji na malaika wao (Ufunuo 12:7). Pia kuna Shetani, ibilisi na pepo.

Lusifa, Mkuu wa Ulimwengu wa Giza

Lusifa alikuwa malaika mkuu aliyemsifu Mungu kwa sauti nzuri na ala za muziki. Alipokuwa akifurahia cheo kikubwa na mamlaka na kupendwa na Mungu, kwa muda mrefu hatimaye akawa mwenye kiburi na kumsaliti Mungu. Tokea wakati huo, na kwendelea kujitokeza kwake kuzuri kukawa kwa kutisha.

Ufunuo 18:7 inasema, „Kwa kadiri alivyojitukuza na kufanya anasa, mpeni maumivu na huzuni kadiri iyo hiyo. Kwa kuwa husema moyoni mwake, Nimeketi malkia, wala si mjane, wala sitaona huzuni kamwe, „na Ufunuo wa Yohana 19: 2 inasema, „... kwa kuwa hukumu zake ni za kweli na za haki; maana amemhukumu yule kahaba mkuu aliyeiharibu nchi kwa uasherati wake, na kuipatiliza damu ya watumwa wake mkononi mwake."

Katika vifungu vya hapo awali, ‚kahaba mkuu' na ‚malkia' yote yanamrejelea Lusifa.   Lusifa ana tabia za kike. Haimaanishi kuwa ni mwanamke kibayolojia. Ana sifa za jinsia ya kike kama vile hisia, matendo, muonekano na namna ya kuzungumza.

Baadhi ya watu humwona kuwa Lusifa ni wa jinsia ya kiume kulingana na Isaya 14: 12 inayosema, „Jinsi ulivyoanguka kutoka mbinguni, Ewe nyota ya alfajiri! Mwana wa asubuhi! Jinsi ulivyokatwa kabisa, Ewe uliyewaangusha mataifa!" Hapa,"mwana" haimaanishi kuwa Lusifa ni mwanaume. Mungu hajawahi kumuita malaika mwanawe (Waebrania 1: 5). Hata ingawa hatukumzaa mtu, ikiwa mtu huyo atahudumu kwa uangalifu, upendo na kufanya kazi kwa uaminifu, tunaweza kumfanya kama mwana wetu. Mungu kumwita Lucifer mwana ina maana kama hiyo.

Leo, bila kutambua, watu wamemfana Lusifa katika mitindo yao ya nywele na mapambo isiyokuwa ya kawaida. Kupitia kwa mienendo na mitindo ya dunia, Lusifa hutawala akili na fikira za watu anavyotaka. Hasa, Lusifa huwa na athari kubwa juu ya nyimbo za kidunia.

Pia huwachochea watu kwa dhambi na uasi kupitia kwa urahisi wa kisasa ikiwa ni pamoja na kompyuta. Huwadanganya viongozi waovu wampinge Mungu. Baadhi ya nchi huwatesa Wakristo kirasmi. Vyote hivi huchochewa na kutiwa motisha na Lusifa.

Zaidi ya hayo, Lusifa huwajaribu watu kwa nanma nyingi ya uchawi na huwavuta wachawi wamwabudu. Anajaribu awezavyo kufanya nafsi angalau moja zaidi kuenda Jehanamu na kusababisha watu wampinge Mungu.

Majoka na Malaika Wao

Majoka huwa kama viongozi wa pepochini yake Lusifa. Watu hufikiri joka ni mnyama wa kufikiriwa. Lakini kuna majoka katika ulimwengu wa pepo wachafu. Ni vile tu hatuyaoni kwa vile ni viumbe wa kiroho. Katika maelezo ya mengi majoka, wana pembe za kulungu, macho ya mapepo na masikio yanayofanana na yale ya ng'ombe. Wana magamba kwenye ngozi na miguu minne. Wanafanana na watambaazi wakubwa.

Wakati wa uumbaji, majoka yalikuwa na manyoya marefu, mazuri na yaliyopendeza. Walikizunguka kiti cha enzi cha Mungu. Walipendwa na Mungu kama wanyama vipenzii na walikaa karibu na Mungu. Walikuwa na uwezo mkubwa na mamlaka na makerubi wengi waliokuwa chini yao. Lakini walipomsaliti Mungu wakiwa pamoja na Lusifa, malaika wao pia waliathirika vibaya na wakampinga Mungu pia. Wakati huu malaika wa majoka pia wana umbo la kutishalaa wanyama. Wana uwezo wa hewa na pamoja na majoka huwaongoza watu kwenye dhambi na uovu.

Kwa kweli, Lusifa yuko juu ya pepo wote, lakini katika utendaji, aliwapa majoka na malaika wao mamlaka yote ya kupigana na viumbe wa kiroho wa Mungu na kuitawala hewa. Tangu zamani, majoka yamekuwa yakiwavutia watu kuchonga ama kutengeneza mifanano na ruwaza za majoka ili waweze kuyaabudu. Leo, baadhi ya dini zinayapenda na kuyaabudu majoka hayo waziwazi na watu hawa wanatawaliwa na majoka.

Ufunuo 12:7-9 inazungumza juu ya majoka na malaika wao kama ifuatavyo:

> Kulikuwa na vita mbinguni; Mikaeli na malaika zake wakapigana na yule joka. Yule joka naye akapigana nao pamoja na malaika zake; nao hawakushinda, wala mahali pao hapakuonekana tena mbinguni. Yule joka akatupwa, yule mkubwa, nyoka wa zamani, aitwaye Ibilisi na Shetani, audanganyaye ulimwengu wote; akatupwa hata nchi, na malaika zake wakatupwa pamoja naye.

Majoka huwachochea watu wabaya kupitia kwa malaika wao. Watu wabaya kama hao hawatasita hata kufanya uhalifu mbaya kama vile kuua au kuuza watu. Malaika wa majoka haya wana mifano ya wanyama waliotajwa katika kitabu cha Mambo ya Walawi kama chukizo kwa Mungu. Uovu utadhihirika kwa namna nyingi kulingana na aina ya mnyama, kwa vile kila mnyama ana tabia tofauti kama vile ukatili, udanganyifu, uchafu ama uzinzi.

Lusifa hufanya kazi kupitia kwa majoka, na malaika wa majoka hufanya kazi kulingana na amri zinazotolewa na majoka. Kwa kutumia mlingano wa nchi, Lusifa ndiye mfalme, majoka ndio waziri mkuu ama kamanda mkuu wa jeshi ambaye hutekeleza majukumu ya utawala kwa mawaziri na askari.

Majoka wakiwa kazini, hawapokei amri ya moja kwa moja kutoka kwa Lusifa kila wakati. Lusifa ashapanda fikira zake na akili kwenye majoka, na kwa hivyo majoka haya yakitenda lolote kwa kawaida litakuwa ni kulingana na anavyopenda Lusifa.

Shetani ana Moyo na Nguvu za Lusifa

Pepo wanaweza kuwashawishi watu kiasi cha mioyo yao kuchafuliwa na giza, lakini mapepo ama ibilisi huwa hawachochei watu kutoka mwanzo. Mwanzoni, ni Shetani ndiye anayefanya kazi kwa watu, na ibilisi ndiye wa pili na kisha pepo. Yaani, kwa maneno rahisi, Shetani ni moyo wa Lusifa. Hauna umbo halisi lakini hufanya kazi kwa kupitia mawazo ya wanadamu. Shetani ana nguvu za giza alizo nazo Lusifa, na anawafanya watu wawe na fikira mbovu na akili ya kutenda maovu.

Kwa vile Shetani ni kiumbe wa kiroho (Ayubu 1: 6-7), anafanya kazi kwa namna tofauti kulingana na tabia tofauti za giza alizo nazo mtu. Kwa wale wanaosema uongo, anafanya na roho ya kudanganya (1 Wafalme 22:21-23). Kwa wale wanaopenda mfarakano, anafanya kwa kuweka upande mmoja upingane na mwingine, roho kama hiyo (1 Yohana 4: 6). Kwa wale watendao kazi mbaya za kimwili, anafanya na pepo (Ufunuo 18: 2).

Kama ilivyoelezwa, Lusifa, majoka, na Shetani wana kazi tofauti na na wana umbo tofauti, lakini wana akili moja fikira moja na nguvu moja za kufanya maovu. Sasa, natuangalie namna Shetani anavyofanya kazi juu ya watu.

Shetani ni kama wimbi la redio linalosambazwa hewani. linasambaza akili na uwezo wake hewani kila mara. Na kama vile mawimbi ya redio yanavyoweza kupokewa na antena iliyotuniwa kupokea, akili, fikira na uwezo wa giza wa Shetani vinaweza kupokewa na wale walio tayari kuvikubali. Antena hapa ni uongo, giza lililo mioyoni mwa wanadamu.

Kwa mfano, hali ya chuki iliyo moyoni inaweza kuwa antena ya kukubali mawimbi ya chuki yaliyosambazwa na shetani hewani. Shetani huweka uwezo wa giza ndani ya wanadamu kupitia kwa fikira zao punde tu baada ya mawimbi ya redio ya giza yaliyoumbwa na shetani kuwa katika mitabendi moja na uongo mioyoni mwa wanadamuna kukutana. Kupitia kwa haya, mioyo ya uongo hutiwa nguvu na kufanya kazi. Hapo ndipo tunasema kuwa mtu fulani ‚anapokea kazi za Shetani', ama anasikia sauti ya Shetani.

Wanapokuwa wakisikia sauti ya Shetani kwa namna hii, watatenda dhambi katika fikra na zaidi ya hayo watatenda dhambi kwa vitendo. Wakati asili hizi za uovu kama chuki na husuda zinapopokea kazi za shetani, watatamani kuwaumiza wengine. Na hili linapokua zaidi, wataweza hata kutenda dhambi ya kuua.

Shetani Anafanya Kazi kupitia Njia ya Mawazo

Wanadamu wana mioyo ya kweli na ya uongo. Tunapomkubali Yesu Kristo na kuwa wana wa Mungu, Roho Mtakatifu huja moyoni mwetu na huendesha moyo wetu wa kweli. Ina maana kuwa tunaskia sauti ya Roho Mtakatifu ndani ya mioyo yetu. Kwa upande mwingine, Shetani hufanya kazi kutoka nje, na hivyo anahitaji njia ya kupitia ili aingie mioyoni mwa wanadamu. Njia hiyo ni mawazo ya wanadamu.

Wanadamu hukubali wanachoona, wanachosikia na kujifunza pamoja na hisia na kuvihifadhi akilini na moyoni. Katika hali nzuri kumbukumbu hizo zitapatikana tena. Na hayo ndiyo ‚mawazo'. Mawazo haya yako tofauti kulingana na hisia ulizokuwa nazo wakati ulipohifadhi kitu katika kumbukumbu. Hata katika hali hiyo hiyo moja, watu wengine huhifadhi kulingana na ukweli na hivyo wana fikira za kweli, ilhali wale wanaohifadhi katika uongo watakuwa na fikira za uongo.

Watu wengi hawafundishwi ukweli ambao ni Neno la Mungu. Ndiyo maana wana uongo mwingi moyoni mwao zaidi ya ukweli. Shetani huwachochea na kuwatia motisha watu hawa ili wawe na mawazo ya uongo. Hayo yanaitwa ‚mawazo ya kimwili'. Watu wanapopokea kazi za Shetani, hawawezi kuitii sheria ya Mungu. Wanafanywa watumwa kupitia kwa dhambi na hatimaye kufikia kifo (Warumi 6:16, 8:6-7).

Shetani Anapata Udhibiti wa Mioyo ya Wanadamu Kwa Njia Gani?

Kwa jumla, Shetani hufanya kazi kutoka nje kupitia kwa mawazo ya wanadamu, lakini si wakati wote. Kwa mfano, Biblia inasema kuwa Shetani alimwingia Yuda Iskariote, mmoja wa wanafunzi kumi na wawili wa Bwana Yesu. Hapa, Shetani

‚kumwingia' ina maana kuwa aliendeleai kukubali kazi za Shetani na hatimaye akampa Shetani moyo wake wote. Kwa njia hii Shetani alimteka kabisa.

Yuda Iskariote alishuhudia uwezo wa ajabu wa Mungu na alipokuwa akimfuata Yesu alifundishwa na wema, lakini kwa vile hakutupilia mbali ulafi wake, alikuwa akiiba pesa za Mungu kutoka kwa mfuko wa pesa (Yohana 12:6)

Pia alikuwa na ulafi wa kutafuta heshima kuu na uwezo wakati Masihi, Yesu, atakichukua kiti cha enzi hapa duniani. Lakini uhalisi ulikuwa tofauti na matarajio yake, kwa hivyo anaacha mawazo yake yachukuliwe na Shetani, moja baada ya lingine. Hatimaye, moyo wake wote ukatekwa na Shetani na akamuuza Bwana wake kwa vipande thelathini vya fedha. Tunasema kuwa Shetani amemuingia mtu pale Shetani anapotawala moyo wa mtu huyo.

Katika Matendo ya Mitume 5: 3, Petro anasema kuwa mioyo ya Anania na Safira ilikuwa imejazwa na Shetani na wakaficha sehemu ya pesa walizopata baada ya kuuza shamba na wakamdanganya Roho Mtakatifu.

Petro alisema haya kwa kuwa kulikuwa na matukio mengi kama hili awali. Kwa hivyo, usemi ‚Shetani aliingia' ama ‚alijazwa na Shetani' una maana kuwa wale watu wana Shetani mwenyewe mioyoni mwao, na wao wenyewe wanakuwa kama Shetani. Kwa macho ya kiroho, Shetani anafanana na ukungu mweusi. Nguvu za giza, ambazo ni kama moshi mweusi, unawazunguka wale watu ambao wamepokea kazi za Shetani kwa wingi. Ili tusipokee kazi za Shetani ni lazima tukatishe mawazo ya uwongo yote. Zaidi ya hayo, ni lazima tuung'oe moyo wa uwongo kutoka kwetu. Hiii kimsingi maanake ni kuwa lazima tuondoe antena inayoweza kupokea ‚mawimbi ya redio' ya Shetani.

Ibilisi na Pepo

Ibilisi ni sehemu ya malaika waliopotoka pamoja na Lusifa. Wao si kamaShetani, wana umbo la aina fulani. Katika umbo jeusi wana uso, macho, pua, masikio, na mdomo kama vile malaika. Pia wana mikono na miguu. Ibilisi huwafanya watu watende dhambi na kuwaletea majaribio na majaribu tofauti tofauti.

Lakini hili halimaanishi kuwa ibilisi huingia ndani ya watu na kutenda hayo. Kupitia kwa maagizo ya Shetani, ibilisi huwatawala watu walioitoa mioyo yao kwa giza na huwafanya watende matendo maovu yasiyokubalika. Lakini wakati mwingine ibilisi huwatawala baadhi ya watu kama vifaa vyake. Wale waliouza roho zao kwa ibilisi, kama vile wachawi na waanga wanatawaliwa na ibilisi ili wafanye kazi kama vifaa vya ibilisi. Pia wanawafanya watu wengine watende mambo ya ibilisi. Kwa hivyo, Biblia inasema kuwa wale watendao dhambi ni wa ibilisi (Yohana 8:44; 1 Yohana 3: 8)

Yohana 6: 70, inasema „Yesu akawajibu, Je! Mimi sikuwachagua ninyi Thenashara, na mmoja wenu ni shetani?" Yesu alikuwa anazungumza kuhusu Yuda Iskariote ambaye angemuuza Yesu. Mtu kama huyu ambaye amekuwa mtumwa wa dhambi na hana uhusiano wowote na wokovu ni mwana wa ibilisi. Shetani alipokuwa anamwingia Yuda na kuutawala moyo wake, Yuda alitenda matendo ya ibilisi, ambayo yalikuwa ni kumwuuza Yesu. Ibilisi ni kama meneja wa daraja la katikati ambaye anapokea maagizo ya Shetani, na huku akitawala pepo wengi huwaletea watu magonjwa mengi na maumivu na kuwafanya wazidi kuingia katika maovu mengi.

Shetani, ibilisi na pepo wana mfumo wa madaraka. Wanashirikiana kwa ukaribu sana. Kwanza, Shetani hufanya kazi juu ya mawazo ya uongo ya wanadamu ili amfungulie njia ibilisi aweze kufanya kazi. Halafu, ibilisi huanza kufanya kazi juu ya watu ili awafanye watende kazi za mwili na kazi nyingine za ibilisi. Kazi ya Shetani ni kufanya kazi kupitia kwa mawazo, na kazi ya ibilisi ni kuwafanya watu hao wayatie mawazo hayo katika utendaji. Zaidi ya hayo, punde tu matendo maovu yanapozidi kiwango fulani pepo huwaingia watu wale. Mara tu pepo wanapowaingia watu, watu hao hupoteza hiari yao na kuwa vibaraka wa pepo.

Bibilia inadokeza kuwa pepo ni roho mbaya lakini ni tofauti na malaika walioangushwa ama Lucifer (Zaburi 106: 28; Isaya 8:19; Matendo ya Mitume 16: 16-19; 1 Wakorintho 10: 20). Pepo walikuwa wanadamu wenye roho, nafsi na mwili. Baadhi ya watu wanaoishi hapa duniani na kufa bila ya wokovu hurudi tena hapa ulimwenguni katika hali spesheli na hao ndio pepo. Watu wengi hawana ufahamu wa wazi kuhusu ulimwengu wa pepo wachafu. Lakini pepo hawa hujaribu kuchukua mtu mmoja zaidi na kumtia katika njia ya uharibifu hadi siku ya mwisho iliyopangwa na Mungu.

Kwa sababu hii 1Petro 5: 8 inasema, „Mwe na kiasi na kukesha; „Kwa kuwa mshitaki wenu Ibilisi, kama simba angurumaye, huzunguka zunguka, akitafuta mtu ammeze" (1 Petro 5:8). Na Waefeso 6: 12 inasema, „Kwa maana kushindana kwetu sisi si juu ya damu na nyama; bali ni juu ya falme na mamlaka, juu ya wakuu wa giza hili, juu ya majeshi ya pepo wabaya katika ulimwengu wa roho."

Ni lazima tuwe macho na tuwe na roho zenye umakini kila wakati kwa kuwa tukiishi kulingana na jinsi nguvu za giza zitakavyotuongoza hatutaweza kamwe kuiepuka njia ya kifo. .

Sura ya 2
Ubinafsi

Kujiona mnyoofu hutokea tunapofudishwa kwamba uongo wa dunia ni kweli. Kujiona mnyoofu kunapoimarika, mfumo wa kiakili huumbika. Kwa hivyo, mfumo wa kiakili unaoumbika ni kule kushikana pamoja hatua kwa hatua kwa kujiona mnyoofu.

Hadi 'Ubinafsi' wa Mtu Uumbike

Kujiona mnyoofu na Mifumo

Kuwa na Utendaji Kazi wa Nafsi Wa Ukweli

Nafa Kila Siku

Ulikuwa wakati ule kabla sijampokea Bwana. Kila siku nilikuwa ninateseka na magonjwa yangu na jambo la pekee lililonifurahisha wakati huo lilikuwa ni kusoma riwaya za karate. Hadithi hizi huwa zinahusu ulipizaji kisasi.

Mtiririko wenyewe wa hadithi unaenda namna hii: Wazazi wa shujaa wanauawa na adui wakati anapokuwa mtoto mdogo.. Anaponea chupu chupu kuuawa na mtumishi wa nyumba hiyo. Anapoendelea kukua anakutana na mwalimu stadiwa karate. Yeye mwenyewe anakuwa stadi wa karate na anamlipiza adui yake kwa kuwaua wazazi wake. Riwaya hizi zinasema kuwa ni jambo la haki na la kishujaa kulipiza hata ikiwa kufanya hivyo huenda kukahatarisha maisha ya mtu. Lakini katika Biblia, mafundisho ya Yesu ni tofauti sana na mafundisho ya kidunia.

Yesu anafundisha katika Mathayo 5: 43-45, „Mmesikia kwamba imenenwa, Umpende jirani yako, na, Umchukie adui yako.' Lakini mimi nawaambia, Wapendeni adui zenu, waombeeni wanaowaudhi, ili mpate kuwa wana wa Baba yenu aliye mbinguni; maana yeye huwaangazia jua lake waovu na wema, huwanyeshea mvua wenye haki na wasio haki."

Maisha niliyoyaishi yalikuwa mazuri na ya uaminifu. Watu

wengi wangesema kuwa mimi ni mtu ambaye ‚hahihitaj' sheria'. Hata hivyo, baada ya kumpokea Bwana na kutafakari maisha yangu kupitia kwa Neno la Mungu lililohubiriwa kwenye mkutano wa uvuvio, nilitambua kuwa maishani mwangu kulikuwa na mambo mengi ambayo hayakuwa sawa. Niliaibika kwa kutambua kwamba ile lugha niliyokuwa nikitumia, tabia zangu, , mawazo yangu, na hata dhamiri yangu, vyote havikuwa sahihi. Nilitubu kabisa mbele za Mungu baada ya kutambua kuwa nilikuwa nimeishi maisha ambayo hayakuwa matakatifu kamwe.

Tangu wakati huo nilijitajidi kutambua kujiona mnyoofu wangu binafsi na mifumo yangu binafsi ya kiakili na kuiharibu. Niliukana ‚ubinafsi' niliokuwa nimejitengenezea na sikuuona kuwa kitu. Kwa kusoma Biblia nilitengeneza ‚ubinafsi' mpya kulingana na ukweli. Nilifunga na kuomba bila kukoma ili nitupilie mbali uongo wote moyoni mwangu. Matokeo yake ni kwamba niliweza kuhisi uovu wangu ukitolewa na nikaanza kusikia sauti na kupokea mwongozo wa Roho Mtakatifu.

Hadi ‚Ubinafsi' Ndani ya Mtu Uumbike

Je, watu hutengeneza mioyo yao na kuimarisha maadili yao kwa njia gani? Kwanza ni vile vipengele vinavyorithiwa. Watoto hufanana na wazazi wao. Wanarithi umbo, tabia, haiba, na tabia nyingine za kijeni kutoka kwa wazazi wao. Huku Korea wanasema watoto huwa wanapokea ‚damu ya wazazi'. Lakini sio damu haswa ila ni ile nguvu ya uzima, ama ‚chi'. ‚Chi' ndicho kini muhimu cha nguvu zote zitokazo kote mwilini. Naijua familia moja ambayo ilikuwa na mtoto mmoja wa kiume aliyekuwa ana alama kubwa ya kuzaliwa kwenye sehemu ya juu ya mdomo wake. Mamake awali alikuwa na alama kama hiyo kwenye sehemu ya juu ya mdomo wake, lakini alifanyiwa upasuaji na ikaondolewa. Hata ingawa iliondolewa, bado alimrithisha mwanawe alama hiyo ya kuzaliwa.

Manii na mayai ya wanadamu yana nguvu ya maisha. Hayana tu umbo la njenje, bali pia yana haiba, hasira, akili na tabia. Ikiwa ,chi' ya baba ina nguvu nyingi zaidi wakati wa utungaji wa mimba, basi mtoto atafanana na baba zaidi. Ikiwa ,chi' ya mama ina nguvu nyingi zaidi, basi mtoto atafanana na mama yake zaidi. Hii ndiyo hufanya moyo wa mtoto kuwa tofauti.

Pia, kadri mtu anavyokua na kukomaa huweza kujifunza mambo mengi, na vitu hivyo huwa sehemu ya uwanja wa moyo. Kuanzia umri wa kama miaka mitano, watu huanza kutengeneza ,ubinafsi' kupitia kwa vitu vinavyoonekana, vinavyosikika, na ambavyo mtu anaweza kujifunza. Kisha anapofikia umri wa miaka kumi na miwili maadili kwa ajili ya vigezo vya kutathmini mambo huumbwa. Mtu anapofika umri wa miaka kumi na nane, ,ubinafsi' wa mtu huimarishwa zaidi. Lakini, tatizo ni kuwa tunatazama mambo mengi ambayo ni makosa kana kwamba ni ya kweli, na kuyakumbuka kama ukweli.

Kuna mambo mengi ya uwongo tunayojifunza katika ulimwengu huu. Kwa kweli shuleni tunajifunza mambo mengi muhimu na yanayohitajika maishani mwetu. Lakini kuna mambo yanayofundishwa ambayo si ya kweli kama vile nadharia ya Darwin ya mageuzi. Wazazi wanapowafundisha watoto wao pia huwafundisha mambo ambayo si ya kweli kana kwamba ni ya kweli. Tuseme kuna mtoto nje ambaye amepigwa na mtoto mwingine ama watoto wengine. Huku wakiwa wamekasirika, wazazi wanasema kitu kama, „Unakula mara tatu kwa siku kama watoto wengine na hivyo wafaa kuwa na nguvu, sasa mbona unapigwa? Wakikuchapa mara moja, wewe wachape mara mbili! Je, una mikono na miguu kama watoto wengine? Lazima ujifunze kujitunza."

Watoto wanadhalilishwa wanapopigwa na marafiki zao. Sasa, watoto hawa watajenga dhamiri gani? Kuna uwezekano mkubwa wa kuhisi ni wajinga na kuwa ni makosa kuwaacha wengine wawapige. Wengine wakiwapiga mara moja, watafikiri kuwa wana haki ya kuwalipiza kwa kuwapiga mara mbili. Kwa maneno mengine, wanawawekea mambo mabaya kana kwamba ni wema.

Je, wale wazazi wanaofuata ukweli watawafundishaje watoto wao? Watachunguza hali na kisha kuwafundisha kwa wema na ukweli ili waweze kuwa na amani, kwa kusema kitu kama, „mpenzi, jaribu kuwaelewa tu? Na pia, uangalie ikiwa ulifanya kosa lolote. Mungu anatuambia tuushinde uovu kwa wema.

Ikiwa watoto watafunzwa kwa Neno la Mungu pekee katika hali zote, wataweza kukuza dhamiri nzuri zifaazo. Lakini mara nyingi, wazazi huwafundisha watoto wao mambo yasiyo ya kweli na uwongo. Wazazi wanapodanganya, watoto pia hudanganya. Tuseme simu yako inalia na binti yako aipokee. Kisha afunike simu kwa mkono wake ili anayepiga asisikie. Kisha aseme, "Dadi, baba mdogo Tom anataka kuongea nawe." Halafu babake mtu amwambie binti yake, "Mwambie sipo nyumbani."

Yule binti anaangaliana na baba yake kabla hajampa simu kwa sababu tukio kama hilo limewahi kutokea mara nyingi siku zilizopita. Watu wanafundishwa uongo mwingi wakati wanapokua, na zaidi ya hayo wanakuza mambo haya ya uwongo kwa kuhukumu na kulaani kwa hisia zao wenyewe. Kwa namna hii, dhamiri ya uongo inaumbika.

Zaidi ya hayo, watu wengi wanajifikiria wenyewe. Wanafuata faida zao wenyewe na wanafikiri wako sawa. Ikiwa lengo au mawazo ya watu wengine hayalingani na mawazo yao wenyewe, hufikiri wengine wamekosea. Lakini wale watu wengine pia hufikira vivyo hivyo. Ni vigumu kukubaliana ikiwa kila mtu atafikiria kwa njia hiyo. Ndivyo ilivyo kwa watu wenye uhusiano wa karibu kama vile mke na mume au wazazi na watoto. Watu wengi hujenga 'ubinafsi' wao kwa njia hii, na kwa hivyo mtu hafai kusisitiza kuwa ni 'ubinafsi' wake tu ndio sahihi.

Kujiona mnyoofu na Mifumo

Watu wengi hutengeneza vigezo vyao vya hukumu na mifumo ya maadili kupitia utendaji kazi wa nafsi inayomilikiwa na uongo. Kwa hivyo, wanaishi katika kujiona wanyoofu na ndani ya mifumo yao. Zaidi ya hayo, kujiona wanyoofu huku kumejengwa kwa uwongo wanaoukubali kutoka ulimwenguni na wanauchukulia kuwa kweli. Wale wanaojiona wanyoofu hawatajichukulia tu wanyoofu kwa sababu ya vigezo vyao, lakini pia katika kujiona wanyoofu kwao wawanajaribu kulazimisha maoni yao na imani zao kwa wengine.

Hali hii ya kujiona wanyoofu inapokuwa sugu, hugeuka kuwa mfumo. Kwa maneno mengine, mfumo huu ni muundo ulioundwa kwa utaratibu wa mtu kujiona mnyoofu. Mifumo hii huundwa kwa misingi ya haiba ya mtu binafsi, vitu anavyopenda, tabia, nadharia, na mawazo. Katika hali ambapo kila chaguo ni sawa, ukisisitizia juu ya chaguo moja pekee, na ikiwa mtazamo huu umeimarishwa, huo utakuwa mfumo wako. Kisha, mwelekeo fulani huendelezwa ya kuwaheshimu na kuwakubali wale wenye mambo wanayoyapa kipaumbele kama wao, wenye haiba kama yao, na wenye wanayoyapenda kama wao. Lakini pia kuna mwelekeo wa kutowavumilia wale usiokubaliana nao. Hii ni kwa sababu ya mifumo ya kibinafsi.

Mfumo wa aina hii unaweza kudhihirishwa kwa miundo mbali mbali katika maisha yetu ya kila siku. Watu walio wachanga katika ndoa wanaweza kuzozana kuhusu mambo madogo madogo. Mume anafikiri kuwa ni vizuri kukamua dawa ya meno kwa kuibofya upande wa chini, ilhali mke anaikamua kutokea mahali popote. Ikiwa mmoja wao atasisitiza kuwa njia yake ndiyo ifaayozaidikatika hali hii, basi bila shaka watazozana.

Mzozo huu unatokana na mifumo inayotofautiana katika tabia zao.

Chukulia kwa mfano kuna mfanyakazi kwenye kampuni ambaye anafanya kazi zake zote yeye mwenyewe bila kusaidiwa na mtu yeyote. Baadhi ya watu hawa wana mazoea ya kufanya kila kitu wao wenyewe kwa sababu wamelelewa katika mazingira magumu na walikuwa hawana budi kufanya kazi peke yao. Sio kwa sababu wana kiburi. Kwa hivyo, ukimhukumu mtu huyo kuwa mtu mwenye kiburi au wa kujifikiria mwenyewe, basi hiyo si hukumu sahihi.

Mara nyingi, katika mtazamo wa ukweli, kujiona mnyoofu kwa mtu na mifumo yake binafsi huwa ina kasoro. Kasoro hii inatokana na mioyo yao ya uongo isiyowatumikia wengine na inayojitafutia faida zake binafsi. Hata waumini wana kujiona wanyoofu na mifumo ambayo hawafahamu kuwa wanayo.

Wanafikiri kuwa wanasikiliza Neno la Mungu na wametupilia mbali dhambi kwa kiasi fulani, na wanafahamu ukweli. Kwa maarifa haya wanaonyesha kujiona wanyoofu. Wanahukumu namna wengine wanavyoyaishi maisha yao katika imani. Pia wanajilinganisha na wengine na wanafikiri kuwa wao ni bora kuliko wengine. Wakati fulani waliona mambo mazuri pekee kwa wengine, lakini baadaye, wanaanza kubadilika na badala yake wanaona kasoro zao. Wanasisitiza maoni yao pekee, lakini wanasema kuwa wanafanya hivyo ‚kwa ajili ya Ufalme wa Mungu'.

Watu wengine wanazungumza kana kwamba wanajua kila kitu na ni wenye haki. Siku zote wanazungumzia tu juu ya kasoro za wengine na kuwahukumu. Inamaanisha kuwa hawaoni kasoro zao wenyewe lakini wanaona za wenzao.

Kabla tubadilishwe na ukweli kabisa, sote kujiona wanyoofu na hukuza mifumo yetu. Tunafanya hivi kufikia kiasi cha kuwa na uovu mioyoni mwetu, tunakuwa na utendaji kazi wa nafsi unaomilikiwa na uongo badala ya utendaji kazi unaomilikiwa na ukweli. Matokeo yake ni kwamba tunawakuhumu wengine na kuwahesabu kuwa wenye hatia kwa kutumia kujiona wanyoofu kwetu na mifumo yetu. Ili tuweze kukua kiroho, sharti tuzione fikra zetu zote na nadharia zetu kana kwamba si chochote. Ni sharti tuharibu kujiona wanyoofu kwetu na mifumo yetu na tuwe na utendaji kazi wa nafsi unaomilikiwa na ukweli.

Kuwa na Utendaji Kazi wa Nafsi Unaomilikiwa na Ukweli

Tunaweza kukua kiroho na kubadilika kuwa watoto wa kweli wa Mungu tutakapobadilisha utendaji kazi wa nafsi unaomilikiwa na uongo kuwa utendaji kazi unaomilikiwa na ukweli. **Basi tutafanya nini ili tuwe na kazi za nafsi ya kweli?

Kwanza ni lazima tuchanganue na tutofautishe kila kitu kwa kigezi cha kweli.

Watu wana dhamiri tofauti, na vigezo vya ulimwengu pia ni

tofauti kulingana na wakati, mahali, na tamaduni. Hata kama umefanya jambo zuri, huenda likaonekana kuwa jambo baya kwa wengine wenye maadili tofauti.

Watu hujenga maadili na tabia zinazokubalika katika mazingira na tamaduni tofauti, na kwa hivyo tusiwahukumu wengine kwa vigezo vyetu wenyewe. Kigezo cha pekee na cha mwisho ambacho kwa hicho tunaweza kuchanganua mazuri na mabaya, ama ukweli na uongo ni Neno la Mungu ambalo ndilo ukweli wenyewe.

Miongoni mwa mambo ambayo watu wa ulimwengu wanachukulia kuwa mazuri na sahihi, kuna yale yanayokubaliana na Bibilia. Lakini kuna mengine mengi ambayo hayakubaliani nayo. Chukulia kuwa mmoja wa marafiki zako alitenda uhalifu, lakini mtu mwingine ashitakiwe kimakosa. Katika hali hii, wengi watafikiri kuwa inakubalika kutomsema rafiki yako kwa uhalifu alioufanya. Lakini ukinyamaza, ukijua kuwa yule mwingine hana hatia, matendo yako hayawezi kuzingatiwa kuwa ya haki mbele za Mungu.

Kabla sijamwamini Mungu, nilikuwa nikilazimika kumtembelea mtu mwingine wakati wa chakula, waliponiuliza kama nimekula niliitikia kwa, „Ndio, nimeshakula." Sikufikiri kwamba haikuwa vizuri, kwa vile nilisema hivyo ili kumtuliza mtu huyo. Lakini kiroho, linaweza kuwa ni dosari mbele za Mungu kwa vile ulikuwa ni uongo, ijapokuwa si dhambi. Baada ya kufahamu ukweli huu, nilianza kutumia usemi kama, „sijala, ila sitaki kula kwa sasa."

Ili tuweze kuchanganua kila kitu kwa kutumia ukweli, tunafaa kusikiliza na kujifundisha Neno la Kweli na kulihifadhi mioyoni mwetu. Tunafaa kusoma Bibilia na kuondoa vigez vyote vibaya tulivyoatengeneza kwa uongo katika ulimwengu huu. Haijalishi kitu kina hekima aina gani katika ulimwengu huu, kikiwa hakifuati Neno la Mungu, tunapaswa kukitupilia mbali.

Pili, ili tuweze kuwa na utendaji kazi wa nafsi unaomilikiwa na ukweli, hisia zetu na mihemko yetu sharti vilingane na ukweli.

Namna tunavyohifadhi vitu ndani yetu kunafanya kazi muhimu tunapojaribu kuhisi kulingana na ukweli. Nilimwona mama mmoja aliyekuwa anajaribu kumkemea mwanawe akisema, „Ukifanya hivi, mchungaji atakukemea!" Anamfanya mtoto wake afikiri kuwa mchungaji ni mtu wa kuogopewa. Mtoto kama huyu atahisi kumwogopa na kumuepuka mchungaji wakati anapokuwa akikuabadala ya kumkaribia.

Hapo zamani, nilitazama tukio fulani kwenye sinema. Msichana alikuwa rafiki mkubwa wa ndovu, naye ndovu alikuwa akiuviringa mkonga wake shingoni mwa msichana huyo. Siku moja, msichana alipokuwa amelala, nyoka hatari akaja akajiviringa shingoni mwa msichana yule. Kama angejua kwamba alikuwa nyoka hatari, angeogopa sana na kushituka. Lakini alikuwa ameyafumba macho na alikuwa usingizini na akafikiri kuwa ulikuwa mkonga wa yule ndovu. Hivyo hakushangaa kamwe. Badala yake, alihisi kuwa alikuwa rafiki. Hisia huwa tofauti kulingana na mawazo.

Hisia huwa tofauti kulingana na namna tunavyofikiria. Watu wanaochukia mabuu, minyoo, ama tandu hufurahia ladha tamu ya kuku hata ingawa kuku hula vitu hivyo. Sasa tunaweza kuona jinsi ambavyo hisia zetu juu ya kitu hutegemea fikira zetu. Tunapaswa kufikiri na kuhisi kwa njia nzuri bila kujali aina ya mtu tuliyemuona au aina ya kazi tunayofanya.

Zaidi ya yote, ili tuweze kufikiria na kuhisi kwa njia nzuri, ni lazima tuwe tunaona, kusikia na kuweka vitu vizuri peke yake. Hili ni kweli hasa wakati huu ambapo tunaweza kuona chochote kupitia kwa mtandao au vyombo vya habari. Uovu zaidi, ukatili, ubinafsi, uongo, ujanja na usaliti umekithiri kila mahali leo zaidi ya wakati mwingine wowote katika historia. Ili tuweze kuhifadhi kweli, ni afadhali tusione, kusikia, ama kuweka mambo kama haya ndani yetu kama tutakavyoweza. Hata hivyo, hata ingawa ni lazima tukumbane na mambo kama hayo, papo kwa papo tunaweza kuyaweka mambo katika kweli na uzuri. Labda unauliza, „Vipi"?

Kwa mfano, wale waliosikia hadithi za kuogofya kuhusu pepo ama ,popo mnyonya damu , katika umri mdogo wana hisia za woga kuwahusu, haswa ikiwa wanaishi pekee yao gizani baada ya kutazama sinema ya kutisha. Wanafinyaa au kutishika wanaposikia sauti ngeni yoyote ama kuona vivuli vyovyote.

Wakiwa peke yao, jambo dogo sana laweza kufanyika na likawafanya washituke na waogope sana.

Lakini tukiishi katika nuru, Mungu atatulinda na pepo hawawezi kutugusa. Badala yake, wanafinyaa na kuogopa nuru ya kiroho itokayo kwetu. Tukielewa ukweli huu, tunaweza kubadili hisia zetu. Tunapoelewa kutoka mioyoni mwetu kuwa pepo si viumbe wa kuogofya, hivyo hisia zetu pia zinaweza kubadilika. Kwa kuwa tunaweza kutawala ulimwengu wa giza, hata mapepo wakijitokeza, tunaweza kuwafukuza katika jina la Yesu.

Acha tuangalie kisa kimoja zaidi ambapo watu huwa na hisia zisizokuwa sahihi. Nilikuwa kwenye hija na waumini wengine wa kanisa kama miaka 20 iliyopita. Kulikuwa na sanamu ya mwanamume aliye uchi kwenye uwanja wa michezo kule Uyunani. Maandishi yaliyokuwa ndani yalikuwa ni ya kuwahimiza watu juu ya umuhimu wa michezo na mazoezi ili wawe na afya kwani watu wenye afya ndio msingi wa taifa lenye afya. Pale niliweza kuona tofauti kati ya watalii kutoka nchi nyingine za Ulaya na wale waumini wa kanisa letu.

Baadhi ya wanawake waumini walipiga picha mbele ya sanamu hiyo bila shida yoyote, lakini wengine walitahayari. Walikwepa mahali pale kana kwamba walikuwa wameona kitu ambacho hawakupaswa kuona. Sababu zao za kutahayari ni kwa vile walikuwa na akili za zinaa. Wana hisia zisizofaa juu ya uchi, na walikuwa na hisia hizo walipoona sanamu ya mwanaume aliyekuwa uchi. Watu kama hawa wanaweza kuwahukumu wale walioikaribia sanamu ile na kuitazama vizuri. Lakini wale watalii wa Ulaya hawakuonekana kuwa na aibu yoyote ama hisia zozote za namna ile. Waliitazama sanamu ile kwa kufurahia ile sanaa.

Katika kisa hiki, mtu yeyote hafai kuwahukumu wale wa talii wa Ulaya kwa kusema kuwa hawana aibu. Tukielewa tamaduni tofauti na kubadilisha hisia zisizo za kweli na kuwa na za kweli, hatuna haja ya kutahayari au kuaibika. Adamu aliishi uchi wakati alipokuwa hana fahamu za kimwili, kwa kuwa hakuwa na akili zozote za zinaa, na maisha aina hiyo yalikuwa mazuri zaidi.

Tatu, Ili tuwe na kazi za nafsi ya kweli hatufai kukubali vitu kutoka kwa mtazamo wetu pekee bali pia kutoka kwa mtazamo wa wengine.

Ukikubali vitu na hali kwa mtazamo wako na uzoefu wako na fikira zako pekee, kutatokea kazi nyingi za uongo zinazomilikiwa na nafsi. Aidha utaongeza ama kuondoa maneno ya wengine kulingana na fikira zako. Unaweza kukosa kuelewa, kuhukumu, kuhebu kuwa na hatia, au kuletea hisia mbaya.

Tuseme kuna mtu aliyeumizwa kwenye ajali na analalamika sana kwa maumivu aliyo nayo. Wale ambao hawajawahi kuhisi maumivu kama hayo ama wenye uvumilivu sana wanaweza kufikiri kuwa mtu huyo ana wasiwasi na maumivu machache. Ukiyakubali maneno ya wengine kwa mtazamo wako na uzoefu wako mwenyewe, utakuwa na kazi za nafsi zisizokuwa za kweli. Ukijaribu kuelewa kwa mtazamo wa huyo mtu mwingine, utaweza kumwelewa na utaelewa kiasi cha maumivu anayohisi.

Ukiielewa hali ya mtu mwingine na kumkubali, utakuwa na amani na kila mtu. Hutakuwa na chuki ama chochote kile kisichokufurahisha. Hata ingawa umeumizwa kwa sababu ya mtu mwingine, ukimfikiria kwanza, hutamchukia, utampenda na utamwonea huruma. Ikiwa wafahamu upendo wa Yesu aliyesulubishwa kwa sababu yetu na neema ya Mungu, waweza hata kuwapenda adui zako. Ndivyo ilivyokuwa na Stefano. Hata alipokuwa akipigwa kwa mawe bila ya makosa yoyote, hakuwachukia waliomtupia mawe bali aliwaombea.

Lakini wakati mwingine tunapata kuwa si rahisi kuwa na kazi za nafsi ya kweli kama tunavyotamani. Kwa hivyo, ni lazima tuwe waangalifu kwa maneno na matendo yetu kila wakati na tujaribu kubadili kazi zetu za nafsi isiyo ya kweli kuwa ile ya kweli. Tunaweza kuwa na kazi za nafsi ya kweli kwa neema na uwezo wa Mungu na msaada wa Roho Mtakatifu tunapoomba na kuendelea kujaribu.

Nafa Kila Siku

Mtume Paulo aliwatesa Wakristo kwa vile alijiona mnyoofu na alikuwa na mifumo ya kibinafsi. Lakini alipokutana na Bwana, alifahamu kuwa kujiona mnyoofu kwake na mifumo ya kiakili hazikuwa nzuri, na alinyenyekea hadi kufikia kiasi cha kuchukulia yote aliyokuwa akiyafanya kuwa bure. Mwanzoni, alikuwa na mng'ang'ano moyoni mwake kugundua kuwa uovu ulikuwa ndani yake na ulikuwa unang'ang'ana na yeye aliyetaka kufanya mema (Warumi 7: 24).

Lakini alitoa ungamo la shukurani akiamini kuwa sheria ya maisha na Roho Mtakatifu katika Yesu Kristo ilimweka huru kutokana na sheria ya dhambi na kifo. Katika Warumi 7: 25, anasema,"Namshukuru Mungu, kwa Yesu Kristo Bwana wetu! Basi, kama ni hivyo, mimi mwenyewe kwa akili zangu naitumikia sheria ya Mungu, bali kwa mwili wangu sheria ya dhambi," na katika 1 Wakorintho15: 31," Naam, ndugu, kwa huku kujisifu kwangu niliko nako juu yenu katika Kristo Yesu Bwana wetu, ninakufa kila siku."

Alisema, „Ninakufa kila siku" na hii ina maana kuwa aliutahiri moyo wake kila siku. Yaani, aliutupilia mbali uongo uliokuwa ndani yake kama vile kiburi, majivunoi, chuki, kuhukumu, hasira, kujidai na ulafi. Alipokiri, aliungama kwa kung'ang'ana kuyashinda hadi kiasi cha kumwaga damu. Mungu alimpa neema na uwezo, na kwa msaada wa Roho Mtakatifu alibadilika na kuwa mtu wa roho aliyekuwa na kazi za nafsi katika kweli. Hatimaye alikuwa mtume mwenye nguvu aliyetangaza injili huku akitenda ishara na maajabu. ***

Sura ya 3
Mambo ya Mwili

Watu wengine hutenda dhambi za husuda, wivu, kuhukumu, kuhesabia hatia na uzinzi katika akili zao. Hazionyeshwi wazi kwa nje bali dhambi kama hizo hutendwa kwa sababu zina sifa za dhambi ndani yake.

Mwili na Matendo ya Mwili.

Maana ya 'Mwili ni dhaifu'

Mambo ya Mwili: Dhambi zitendwazo Akilini

Tamaa ya Mwili

Tamaa ya Macho

Kiburi cha Uzima

Kwa wale ambao roho yao imekufa, nafsi zao huwa bwana wao na kutawala miili yao. Tuseme una kiu, na unataka kunywa kitu. Kisha, nafsi yako itaamrisha mikono ichukuwe glasi na iipeleke mdomoni mwako Lakini kwa wakati huu, iwapo mtu atakutupia matusi na ukasirike, unaweza kutaka kuvunja glasi hiyo. Hii ni aina gani ya utendaji kazi wa nafsi?

Hili hutendeka wakati Shetani anapochochea nafsi ambayo ni ya mwili. Wanadamu hupokea kazi za adui ibilisi na Shetani kwa kiasi kwamba wana uongo ndani yao. Wakikubali kazi za Shetani, wanakuwa na fikira za uongo, na wakikubali kazi za ibilisi, wanaonyesha matendo ya uongo.

Fikira za kuvunja glasi kutokana na hasira zilitolewa na Shetani, na ukiendelea na kuvunja hiyo glasi, basi hiyo ni kazi ya ibilisi. Fikira hii inaitwa ‚jambo la mwili' na tendo linaitwa ‚kazi ya mwili'. Tuna kazi za nafsi na matendo ya uongo kwa sababu ya asili za dhambi ambazo zimepandwa na adui ibilisi na Shetani tangu kuanguka kwa Adamu na hilo limeunganishwa na miili ya wanadamu.

Mwili na Matendo ya Mwili

Warumi 8:13 inasema, „... kwa maana kama tukiishi kwa kufuata mambo ya mwili, mwataka kufa; bali kama mkiyafisha vitendo vya mwili kwa Roho, mtaishi."

Hapa, 'mwataka kufa' ina maana kuwa utakabiliana na mauti ya milele, ambayo ni Jehanamu. Kwa hivyo, 'mwili' hairejelei miili yetu ya kawaida tu. Ina maana ya kiroho pia.

Kisha inasema kuwa tukifisha vitendo vya mwili kwa Roho, tutaishi. Je, ina maana kuwa lazima tuondoe vitendo vya mwili kama vile kuketi, kulala chini, kula na kadhalika? La hasha! Hapa, 'mwili' hurejelea ganda au chombo ambacho yale maarifa ya roho ambayo Mungu aliwapa wanadamu huvuja. Ili tuweze kuelewa maana ya kiroho ya haya lazima tujifunze Adamu alikuwa kiumbe wa aina gani.

Adamu alipokuwa roho inayoishi, mwili wake ulikuwa wa thamani na usioharibika. Hakuzeeka na hangeweza kufa wala kuangamia. Alikuwa na mwili wa kiroho, mzuri na uliong'aa. Tabia zake pia zilikuwa na heshima kabisa kushinda mwanadamu yeyote wa mwadilifu hapa duniani. Lakini tangu wakati alipoingiwa na dhambi na kutokana na hiyo dhambi yake, mwili wake ulikuwa hauna thamani na haukuwa tofauti na ule wa wanyama.

Hebu niwape mfano. Kukiwa na kikombe ambacho kina uwoevu ndani yake, kikombe hicho kinaweza kulinganishwa na mwili wetu kisha uwoevu ni roho zetu. Kikombe hicho hicho kinaweza kuwa na thamani tofauti tofauti kutokana na uwoevu ulio ndani yake. Ndivyo ilivyokuwa na mwili wa Adamu.

Kama roho inayoishi, Adamu alikuwa tu na maarifa ya ukweli kama vile upendo, wema, ukweli, na haki na nuru ya Mungu, ambavyo vilitolewa na Mungu. Lakini roho yake ilipokufa, maarifa ya ukweli yalivuja kutoka kwake, na badala ya ukweli, alisambaziwa vitu vya mwili na adui ibilisi na Shetani. Alibadilika na kufuata uongo ambao ulikuwa sehemu yake. Inasemekana, "Kwa Roho, vitendo vya mwili vinauawa." Hapa ,vitendo vya mwili' vinarejelea vitendo ambavyo hutoka kwenye mwili ambao umeunganishwa na uongo.

Kwa mfano, kuna watu ambao wakikasirika huinua ngumi zao, hupiga milango au huonyesha mitindo ya tabiafujo. Watu wengine hutumia lugha chafu katika kila sentensi wasemayo. Wengine huangalia watu wa jinsia tofauti kwa tamaa na wengine huonyesha tabia za usherati.

Vitendo vya mwili havirejelei utendaji dhahiri wa dhambi bali pia hurejelea vitendo vyote ambavyo sio kamili machoni mwa Mungu. Watu wengine wanapozungumza na wengine bila kujua hao hunyooshea vidole watu au vitu. Wengine hupandisha sauti zao wanapozungumza na wengine kwa kiasi kwamba huonekana wanagombana. Mambo haya yanaweza kuonekana madogo, lakini ni matendo ambayo hutoka kwenye mwili ambao umeunganishwa na uongo.

Matumizi ya mara kwa mara ya neno ‚mwili' hupatikana katika Biblia. Katika kifungu hiki, Yohana 1:14, neno ‚mwili' limetumika na maana yake ya sisisi, „Naye Neno alifanyika mwili, akakaa kwetu; nasi tukauona utukufu wake, utukufu kama wa Mwana pekee atokaye kwa Baba; amejaa neema na kweli." Lakini linatumika mara nyingi zaidi likiwa na maana ya kiroho.

Warumi 8:5 inasema, „Kwa maana wale waufuatao mwili huyafikiri mambo ya mwili; bali wale waifuatao roho huyafikiri mambo ya roho." Na Warumi 8:8 inasema, „Wale waufuatao mwili hawawezi kumpendeza Mungu."

Hapa, neno ‚mwili' limetumika kwa maana ya kiroho, kurejelea asili za dhambi zikichanganywa na mwili. Maarifa ya ukweli yalivuja kutoka kwa mchanganyiko wa asili ya dhambi na mwili. Adui ibilisi na Shetani walipanda asili mbalimbali za dhambi katika wanadamu, na zikaunganishwa na mwili. Hazionyeshwi kwa haraka kama matendo, lakini sifa hizi sasa zipo ndani ya wanadamu ili ziweze kujitokeza kama matendo wakati wowote.

Tunapotaja kila moja ya sifa hizi za mwili, tunasema ni ‚jambo la mwili'. Chuki, husuda, wivu, uongo, hila, kiburi, hasira, kuhukumu, kuhesabia hatia, uzinzi, na ulafi, vyote pamoja vinarejelewa kama ‚mwili', na kila kimoja chao ni ‚jambo la mwili'.

Maana ya ‚Mwili ni dhaifu'

Yesu alipokuwa akiomba kule Gethsemane, wanafunzi wake walikuwa wamelala. Yesu akamwambia Petro, „Kesheni, mwombe, msije mkaingia majaribuni; roho i radhi, lakini mwili ni dhaifu." (Mathayo 26:41). Lakini hii haimaanishi kwamba miili ya wanafunzi ilikuwa dhaifu. Petero alikuwa na nguvu kwa kuwa alikuwa mvuvi. Basi, ‚mwili ni dhaifu' maanake ni nini?

Inamaanisha kwamba kwa kuwa Petro alikuwa bado hajampokea Roho Mtakatifu, alikuwa mtu wa mwili ambaye hakuwa ameziacha dhambi zake kabisa na kwa hivyo hakuwa amekuza mwili wa roho. Mwanadamu anapoziacha dhambi zake kisha aende katika roho, yaani anapokuwa mtu wa roho na mtu wa ukweli, nafsi yake na mwili wake hutawaliwa na roho yake. Kwa hivyo, hata kama mwili umechoka sana, ikiwa kweli unataka kuwa macho moyoni, unaweza kujizuia usilale.

Lakini wakati huo Petro alikuwa hajaenenda katika roho, na hivyo, hangeweza kudhibiti sifa za mwili kama vile uchovu na uvivu. Kwa hiyo, hata ingawa alitaka kuwa macho hakuweza kufanya hivyo. Alikuwa katika mipaka yake ya kimwili. Kuwa katika mipaka hii ya kimwili inamaanisha mwili ulikuwa dhaifu.

Lakini baada ya Yesu Kristo kufufuka na kupaa, Petro alipokea Roho Mtakatifu. Sasa hakudhibiti tu sifa za mwili wake bali pia aliponya wagonjwa wengi na hata kufufua wafu. Alieneza injili kwa imani thabiti na ujasiri kiasi kwamba akachagua kusulubishwa juu chini.

Yesu naye alieneza injili ya ufalme wa Mungu na akaponya watu usiku na mchana, ijapokuwa hakuweza kula wala kulala vizuri. Lakini kwa sababu roho yake ilidhibiti mwili wake, hata katika hali ambapo alikuwa amechoka sana, aliweza hata kuomba na jasho lake likawa kama matone ya damu yakitiririka ardhini. Yesu hakuwa na dhambi asili wala dhambi ya kujitendea mwenyewe. Kwa hivyo, aliweza kudhibiti mwili wake kwa roho.

Waumini wengine hutenda dhambi na kutoa visingizio kwa kusema, „mwili wangu ni dhaifu." Lakini hao husema hivyo kwa sababu hawajui maana ya kiroho ya msemo huu. Lazima tuelewe kuwa kumwaga damu kwa Yesu msalabani kulitukomboa sio tu kutokana na dhambi zetu bali pia kutokana na udhaifu wetu. Tunaweza kuwa na afya njema katika roho na mwili na kutenda mambo ambayo yamepita mipaka ya wanadamu iwapo tu tuna imani na tunalitii Neno la Mungu. Zaidi ya hayo, tuna usaidizi wa Roho Mtakatifu, na kwa hivyo hatupaswi kusema hatuwezi kuomba au hatukuwa na chaguo lingine ilakutenda dhambi kwa sababu miili wetu ni dhaifu.

Mambo ya Mwili: Dhambi Zitendwazo katika Akili

Ikiwa wanadamu wana mwili, yaani ikiwa wana asili za dhambi zilizounganishwa na miili yao, hutenda dhambi sio tu akilini bali pia katika matendo. Ikiwa wana sifa za uongo watadanganya wengine katika hali mbaya. Wakitenda dhambi katika mioyo yao na sio katika matendo, ni ,jambo la mwili'.

Chukulia kwa mfano umeona kipande cha ya vito vizuri cha jirani yako. Hata kama umefikiria tu kuvichukua au kuviiba, basi tayari ushatenda dhambi moyoni mwako. Watu wengi huwa hawachukulii hii kuwa dhambi. Lakini Mungu huuchunguza moyo, na hata adui ibilisi na Shetani wanajua aina hii ya moyo wa wanadamu, kwa hivyo wanaweza kuleta mashitaka dhidi ya dhambi kama hii, yaani, jambo la mwili.

Katika Mathayo 5: 28 Yesu alisema, "... lakini mimi nawaambia, Kila mtu atazamaye mwanamke kwa kumtamani, amekwisha kuzini naye moyoni mwake." Katika 1 Yohana 3: 15 inasema, „Kila amchukiaye ndugu yake ni mwuaji: nanyi mnajua ya kuwa kila mwuaji hana uzima wa milele ukikaa ndani yake." Ukitenda dhambi moyoni mwako, inamaanisha kuwa ushaweka msingi ili kwa hakika utende kitendo cha dhambi.

Unaweza kutabasamu na ujifanye unampenda mtu fulani ingawa unamchukia na unataka kumpiga. Kitu fulani kikitendeka na uwe huwezi tena kuvumilia hiyo hali, hasira yako hulipuka wazi na unaweza kugombana au kupigana na huyo mtu. Lakini ukitupilia mbali asili ya dhambi ya chuki yenyewe, hutawahi kumchukia huyo mtu hata ikiwa atakusumbua sana.

Kama ilivyoandikwa katika Warumi 8: 13, „...kwa maana kama tukiishi kwa kufuata mambo ya mwili, mwataka kufa," usipotupilia mbali mambo ya mwili kwa hakika utatenda kazi za mwili. Hata hivyo, Andiko hilo pia linasema kwamba, „...bali kama mkiyafisha matendo ya mwili kwa Roho, mtaishi." Kwa hivyo, inawezekana kuwa na matendo ya kiungu na matakatifu unapotupilia mbali mambo ya mwili, jambo moja baada ya lingine. Sasa, tunawezaje kutupilia mbali kwa haraka mambo ya mwili na kazi za mwili?

Warumi 13: 13-14 inasema, „Kama ilivyohusika na mchana na tuenende kwa adabu; si kwa ulafi na ulevi, si kwa ufisadi na uasherati, si kwa ugomvi na wivu. Bali mvaeni Bwana Yesu Kristo, wala msiuangalie mwili, hata kuwasha tamaa zake," na 1 Yohana 2: 15-16 inasema, „Msiipende dunia, wala mambo yaliyomo katika dunia. Mtu akiipenda dunia, kumpenda Baba hakumo ndani yake." Maana kila kilichomo duniani, yaani, tamaa ya mwili, na tamaa ya macho, na kiburi cha uzima, havitokani na Baba, bali vyatokana na dunia."

Kutokana na vifungu hivi, tunaweza kutambua kwamba mambo yote duniani yanasababishwa na tamaa ya mwili, tamaa ya macho, na kiburi cha uzima. Tamaa ndiyo chanzo cha nguvu ambacho huwasukuma wanadamu kutafuta na kukubali mwili unaoharibika. Ni nguvu thabiti ambayo hufanya watu wasikie vizuri kuhusu dunia na waipende.

Hebu sasa turejelee tukio ambalo Hawa alijaribiwa na nyoka kupitia Mwanzo 3: 6: „Mwanamke alipoona ya kuwa ule mti wafaa kwa chakula, wapendeza macho, nao ni mti wa kutamanika kwa maarifa, basi alitwaa katika matunda yake akala, akampa na mumewe, naye akala."

Nyoka alimwambia Hawa ya kwamba angekuwa kama

Mungu. Wakati uleule alipokubali hilo neno, asili ya dhambi ilimwingia na kukaa ndani yake kama mwili. Sasa, tamaa ya mwili ilimwingia na tunda likaonekana zuri kwa chakula. Tamaa ya macho ilimwingia na tunda likapendeza macho yake. Kiburi cha uzima kilimwingia na akatamani tunda limfanye awe na hekima. Hawa alipokubali tamaa kama hiyo, alitaka kula lile tunda na akalila. Awali, hakuwa na nia ya kutotii Neno la Mungu hata kidogo, lakini tamaa yake ilipochochewa, tunda lilionekana zuri na la kupendeza. Alipotamani kuwa kama Mungu, hatimaye alimwasi Mungu.

Tamaa ya mwili, tamaa ya macho na kiburi cha uzima hutufanya kuhisi kwamba dhambi na uovu ni vitu vizuri vya kupendeza. Halafu, huzaa mambo ya mwili na hatimaye kazi za mwili. Kwa hivyo, ili tuweze kuondoa mambo haya ya mwili, kwanza lazima tuachane kabisa na hizi aina tatu za tamaa. Kisha tunaweza kuanza kuutupilia mbali mwili wenyewe kutoka mioyoni mwetu.

Kama Hawa angejua uchungu ambao ungesababishwa na kula lile tunda, hangehisi kwamba lilikuwa tunda zuri kwa chakula na la kupendeza macho. Badala yake angechukizwa na hata kuligusa au kuliona licha kulila. . Vivyo hivyo, tukitambua maumivu makubwa ambayo kupenda dunia kunaweza kutuletea na ambayo yatatufanya tuangukie adhabu ya kuzimu, ni dhahiri kwamba hatutaupenda ulimwengu. Mara tu tunapotambua kwamba vitu vyote vya ulimwengu vilivyochafuliwa na dhambi havina maana kabisa, tunaweza kutupilia mbali tamaa zetu za mwili kirahisi sana. Hebu nifafanue jambo hili.

Tamaa ya Mwili

Tamaa ya mwili ni ile asili ya kufuata mwili na kutenda dhambi. Tukiwa na sifa kama vile, chuki, hasira, uchoyo, tamaa, ashiki, husuda, kiburi, basi tamaa ya mwili inaweza kuchochewa. Tunapokumbana na hali ambapo asili za dhambi zinachochewa basi mvuto na udadisi huamshwa. Hili litatufanya tuhisi kwamba dhambi ni nzuri na zinapendeza. Kufikia hapo mambo ya mwili hudhihirika na hukua na kuwa kazi za mwili.

Kwa mfano, muumini mpya akiamua kuacha kunywa pombe, lakini bado awe na shauku ya kunywa pombe, ambacho ni kitu cha mwili, basi akienda kwenye baa ama pahali ambapo watu wanakunywa pombe, tamaa ya mwili ya kunywa pombe itaamshwa. Hii huchochea tamaa ya huyo mtu na kwa kweli humuongoza kunywa pombe na kulewa.

Hebu niwape mfano mwingine. Tukiwa na tabia za kuhukumu na kuhesabia hatia wengine, tutataka kusikia uvumi kuhusu watu wengine. Tunaweza kuhisi ya kwamba ni jambo la kufurahisha kusikia na kueneza uvumi na kuongea kuhusu watu wengine. Tukiwa na hasira ndani yetu na kuwe na kitu kisichokubaliana nasi, tutahisi kuburudishwa na kuhisi vizuri kuhusu kumkasirikia mtu au kitu kwa sababu ya hasira hiyo. Tukijaribu kujidhibiti ili tusifuate tabia za mwili za kuwa na hasira, tunaona kwamba kufanya hivyo kuna uchungu mwingi zaidi na hakuvumiliiki. Tukiwa na tabia ya kiburi, basi katika katika kiburi chetu tunaweza tukawa na asili ya kujigamba juu yetu wenyewe. Pia katika kiburi chetu tunaweza pia kutaka kuhudumiwa na wengine kwa kufuata hizo tabia zilizo ndani yetu. Tukiwa na tamaa ya kuwa matajiri, tunajaribu kupata utajiri hata kwa hasara, uharibifu na mateso tunayosababishia watu wengine. Hii tamaa ya mwili huongezeka tunapotenda dhambi nyingi zaidi.

Lakini hata kama mtu ni muumini mpya na ana imani dhaifu, akiomba kwa bidii, hupata neema kutoka kwa ushirika anaokuwa nao na washirika wengine, na amejaa Roho Mtakatifu, tamaa yake ya mwili haitasisimshwa kirahisi. Hata kama tamaa ya mwili itaamshwa katika sehemu moja ya akili yake, anaweza kuifukuza kwa ukweli. Lakini akikoma kuomba na apoteze ujazo wa Roho Mtakatifu, atatoa nafasi kwa adui ibilisi na Shetani kuchochea tena tamaa ya mwili.

Kwa hivyo, umuhimu wa kutupilia mbali tamaa ya mwili ni nini? Ni kutunza ujazo wa Roho Mtakatifu ili shauku yako ya kutafuta roho ibaki kuwa thabiti kabisa kuliko shauku yako ya kutafuta mwili. Tunafaa kuwa macho wakati wote kiroho kama inavyosemekana katika 1 Petro wa 5: 8, ‚Mwe na kiasi na kukesha. „Kwa kuwa mshitaki wenu Ibilisi, kama simba angurumaye, huzunguka zunguka, akitafuta mtu ammeze" (1 Petro 5:8).

Ili tuweze kufanya hivyo, ni lazima tusiache kuomba kwa bidii. Hata ingawa tunafanya kazi ya Mungu sana, tukiacha kuomba tutapoteza ujazo wa Roho Mtakatifu. Kisha njia ya tamaa ;ya mwili kuchochewa itafunguliwa. Kwa njia hii, tunaweza kutenda dhambi akilini kisha halafu katika matendo. Ndiyo maana hata Yesu, Mwana wa Mungu, wakati wa maisha yake duniani aliweka mfano mzuri wa kuomba bila kukoma. Hakuwahi kuacha kuomba ili awasiliane na Baba na kutimiza mapenzi yake.

Bila shaka, ukitupilia mbali dhambi na ufikie utakaso, hakutachipuka tamaa yoyote ya mwili, na kwa hivyo hutatii mwili na kutenda dhambi. Kwa hiyo, wale ambao wametakaswa wataomba sio watupilie mbali tamaa ya mwili, bali wapokee ujazo mkuu wa Roho na kutimiza ufalme wa Mungu kwa ukuu zaidi.

Je, na tukiwa na kinyesi cha mwanadamu kwenye nguo zetu? Hatutakifuta tu peke yake, lakini tutakiosha kabisa kwa sabuni ili pia tuondoe harufu mbaya. Kukiwa na mnyoo au buu nguoni mwetu, tunashangaa sana na kulipukuta mara moja. Lakini dhambi za moyo ni chafu sana kuliko kinyesi cha mwanadamu au mnyoo wowote ule. Kama ilivyonakiliwa katika Mathayo 15: 18, 'Bali vitokavyo kinywani vyatoka moyoni; navyo ndivyo vimtiavyo mtu unajisi," humharibu mwanadamu mpaka kwa mfupa na uboho na kusababisha maumivu makali.

Je, mke akigundua ya kwamba mume wake anazini na

mwanamke mwingine? Atahisi uchungu mwingi sana! Na mwanamume naye vivyo hivyo. Itasababisha ugomvi na kuvuruga amani katika familia hiyo, au hata kuwa chanzo cha kuvunjika kwa familia. Kwa hivyo tunafaa kutupilia mbali tamaa ya mwili haraka sana kwa sababu tamaa hiyo huzaa dhambi na athari mbaya.

Tamaa ya Macho

'Tamaa ya macho' huchochea moyo kwa kusikia na kuona na humfanya mtu atafute mambo ya mwili. Ijapo inaitwa 'tamaa ya macho,' tamaa ya macho huingia ndani ya mioyo ya wanadamu kupitia kwa utaratibu wa kuona, kusikia na kuhisi kadri wanavyokua. Yaani, wanachoona na kusikia huisukuma mioyo yao na kuwapa hisia na kupitia kwa hizo hisia hupata 'tamaa ya macho.'

Unapoona kitu, na kukikubali kwa hisia, utakuwa na hisia hizo hizo ukiona kitu kama hicho tena. Hata bila kukiona kwa kweli, ukiskia tu kuhusu hicho kitu maalum, utakumbushwa kuhusu matukio ya awali ili tamaa yako ya macho iamshwe. Ukiendelea kupokea tamaa ya macho, itachochea tamaa yako ya mwili, na mwishowe utaishia kutenda dhambi.

Ni nini kilitendeka wakati Daudi alipomuona Bathsheba, mkewe Uria akioga? Hakuikatilia mbali tamaa ya macho bali aliikubali, kwa hivyo ikazaa tamaa ya mwili iliyompatia hamu ya kumchukua huyo mwanamke. Hatimaye, alimchukua huyo mwanamke na hata akatenda dhambi ya kumtuma mume wake, Uria, katika mstari wa mbele wa vita ili auawe. Kwa kufanya hivi Daudi aljiletea majaribu makubwa.

Tusipokatilia mbali tamaa ya macho, itaendelea kuamsha asili zetu za dhambi ndani yetu. Kwa mfano, tukitazama mambo machafu, asili ya dhambi ya akili ya uzinzi huchochewa. Kwa kuwa tunaona kwa macho, tamaa ya macho hutuingia, na Shetani pia huelekeza fikira zetu kwenye uwongo.

Wale ambao wanamwamini Mungu ni sharti wasikubali tamaa ya macho. Ni lazima usione wala kusikia kisicho cha ukweli, na hufai hata kwenda pahali ambapo unaweza kukumbana na vitu visivyo vya ukweli. Haijalishi unaomba kiasi gani, unafunga na kuomba usiku mzima kuung'oa mwili wako, usipokatilia mbali tamaa ya macho, tamaa yako ya mwili itapata nguvu na kutiwa motisha zaidi na zaidi. Matokeo yake ni kwamba huwezi kutupilia mbali mwili kwa urahisi na utahisi kwamba ni vigumu sana kupambana na dhambi.

Kwa mfano, katika vita, wanajeshi ambao wamezingirwa na kuta za jiji wakipokea vifaa kutoka nje ya jiji, watapata nguvu ya kuendelea kupigana vita. Haitakuwa rahisi kuvunja nguvu ya adui ndani ya ukuta wa jiji. Kwa hivyo, ili tuweze kushinda jiji kwanza ni lazima tulizingire na kukata ugavi wa vifaa ili maadui wasiweze kupokea chakula au silaha. Tukiendelea kushambulia huku tukidumisha hali hii, nguvu ya adui hatimaye itaharibiwa.

Tukitumia mfano huo, ikiwa nguvu ya adui katika jiji ni uwongo, yaani mwili ulio ndani yetu, kisha ukuzaji kutoka nje ya jiji utakuwa tamaa ya macho. Kama hatutakatilia mbali tamaa ya macho, hatutakuwa na uwezo wa kuondoa dhambi hata kwa kufunga na kuomba, kwa sababu hali ya dhambi huendelea kupata nguvu. Kwa hivyo, ni lazima kwanza tukatile mbali tamaa ya macho na tuombe na kufunga ili tujiondolee asili za dhambi. Kisha tutakuwa na uwezo wa kuziondoa kwa neema na nguvu za Mungu na ujazo wa Roho Mtakatifu.

Hebu niwapatie mfano rahisi zaidi. Tukiendelea kutia maji safi katika chombo ambacho kimejaa maji machafu, hatimaye hayo maji machafu yatakuwa safi. Lakini je, tukitia maji safi na maji machafu kwa wakati mmoja itakuwaje? Maji machafu katika hicho chombo hayatakuwa safi hata tukiyatia kwa muda mrefu kiasi gani, kama yote sio maji safi. Katika njia hiyo hiyo, ni lazima tusikubali uwongo tena, lakini ukweli pekee ili tutupilie mbali mambo ya mwili na kuimarisha moyo wa roho.

Kiburi cha Uzima

Watu hupenda kujivunia. ‚Kiburi cha uzima" ni ‚ubatili na majivuno tuliyo nayo katika asili yetu kuhusu raha za huu uzima." Kwa mfano, watu hutaka kujigamba juu ya familia zao, watoto wao, mume au mke, nguo za ghali, nyumba nzuri, au vito vya mapambo. Wanataka kutambuliwa kwa umbo lao au talanta zao. Hao hata hujivunia kuwa na urafiki na watu wenye ushawishi mkubwa au watu maarufu. Ukiwa na kiburi cha uzima, utathamini utajiri, umaarufu, maarifa, talanta, na mwonekano wa dunia hii na kuvitafuta kwa ari kubwa.

Lakini kuna maana gani ya kujivunia mambo kama hayo? Mhubiri 1: 2-3 inasema kuwa kila kitu chini ya jua ni ubatili. Kama ilivyo nakiliwa katika Zaburi 103:15,"Mwanadamu siku zake zi kama majani; Kama ua la kondeni ndivyo asitawivyo," kujivunia ulimwengu huu hakuwezi kutupatia thamani ya qkweli au uzima. Lakini badala yake ni uhasama kwa Mungu na hutuelekeza kwenye kifo. Tukitupilia mbali mwili ambao hauna maana, tutakuwa huru kutokana na majivuno ama tamaa na hivyo tutafuata ukweli tu.

1 Wakorintho 1: 31 inatuambia kwamba aonaye fahari na aone fahari juu ya Bwana. Inamaanisha kuwa hatufai kujivuna ili tupate kujiinua bali kwa utukufu wa Mungu. Yaani, ni kujivunia msalaba na Bwana aliyetuokoa na kujivunia kuhusu ufalme wa mbinguni ambao ametuandalia. Pia, tunafaa kujivunia neema, baraka, utukufu na chochote ambacho Mungu ametupatia. Tukijivuna katika Bwana, Mungu hufurahia na hutulipa kwa barala za vitu na za kiroho.

Wajibu wa wanadamu ni kumcha na kumpenda Mungu, na thamani ya kila mtu itaamuliwa kwa kuzingatia kiwango ambacho yeye huwa mtu wa roho (Mhubiri 12: 13).

Tukitupilia mbali dhambi zote na uovu wote, yaani kazi za mwili na mambo ya mwili, na kuupata tena mfano wa Mungu uliopotea, tunaweza kupita kiwango cha mwanadamu wa kwanza Adamu, aliyekuwa roho iishiyo. Hii inamaanisha kuwa tunaweza kuwa wanadamu wa roho na roho kamili. Kwa hivyo, lazima tusitoe nafasi kwa mwili kwa ajili ya tamaa zake, bali natumvae Kristo peke yake.

Sura ya 4

Kupita Kiwango cha Roho Iliyohai

Punde tunapoharibu mawazo ya kimwili, utendaji kazi wa nafsi ya mwili hupotea, na utendaji kazi wa nafsi ya roho peke yake hubaki. Nafsi hutii bwana wake roho kabisa kwa 'Amina'. Bwana anapofanya kazi ya bwana na mtumishi anapofanya kazi za mtumishi, tunasema nafsi zetu zimefanikiwa.

Moyo Wenye Mipaka wa Wanadamu

Kuwa Mtu wa Roho

Roho Iliyohai na Roho Iliyoimarishwa

Imani ya Kiroho ni Upendo wa Kweli

Kuuendea Utakatifu

Hata watoto wachanga ni wanadamu lakini hawawezi kutenda kama mwanadamu aliye kamili. Hawana maarifa yoyote. Hawawezi hata kuwatambua wazazi wao. Hawajui namna ya kupambana na maisha. Vilevile, Adamu, ambaye aliumbwa kama roho iishiyo, mwanzoni hakuweza kutekeleza kazi zake kama mwanadamu. Alikuja kuwa mtu wa maana baada ya kujazwa maarifa ya roho. Alikuja kuishi kama bwana wa viumbe vyote wakati alipokuwa akijifunza maarifa ya kiroho moja baada ya lingine kutoka kwa Mungu. Wakati huo, moyo wa Adamu ulikuwa roho yenyewe, kwa hivyo hapakuwa na haja ya kutumia neno ‚moyo'.

Lakini baada ya kutenda dhambi, roho yake ilikufa. Maarifa ya roho yalianza kumtoka polepole, na badala yake akajazwa na maarifa ya mwili yaliyotoka kwa adui ibilisi na Shetani. Moyo wake haungeitwa ‚roho' tena, na kutokea wakati huo uliitwa ‚moyo'.

Mwanzoni, moyo wa Adamu uliumbwa kwa mfano wa Mungu ambaye ni roho. Moyo wa Adamu pia ungeweza kupanuliwa kiasi cha kujazwa na maarifa ya roho. Lakini baada ya roho yake kufa, maarifa ya uwongo yaliizunguka roho, na sasa ukubwa wa moyo ukawa na mipaka fulani. Kupitia kwa nafsi iliyokuja kuwa bwana wa wanadamu, wanadamu walianza kujijaza aina tofauti za maarifa, na wakaanza kutumia maarifa hayo kwa namna tofauti. Kulingana na maarifa mbalimbali na njia mbalimbali za kutumia maarifa hayo, mioyo ya wanadamu ilianza kuhamasishwa kwa njia mbalimbali.

Hivyo, hata wale walio na mioyo mikubwa bado hawawezi kupita mipaka fulani iliyowekwa na kujiona mnyoofu kwa mtu binfasi, mifumo ya kibinafsi na nadharia zao wenyewe. Lakini punde tunapompokea Bwana Yesu Kristo, na kumpokea Roho Mtakatifu, na kuzaa roho zetu kupitia kwa Roho, basi tunaweza kuipita mipaka hii ya kibinadamu. Zaidi ya hayo, kwa kiasi tunachoimarisha moyo wa kiroho, tunaweza kuhisi na kujifunza kuhusu eneo la kiroho lisilo na mwisho.

Moyo Wenye Mipaka wa Wanadamu

***Wanadamu wa nafsi wanaposikiliza neno la Mungu, ujumbe huwekwa akilini mwao kwanza na kisha wao hutumia fikira za kibinadamu. Kwa sababu hii, hawawezi kulikubali neno lake kwa mioyo yao. Kiasili, hawawezi kutambua mambo ya kiroho wala kujibadilisha kwa kweli. Wanajaribu kuelewa eneo la kiroho ndani ya mioyo yao yenye vikwazo na hivyo kutoa hukumu nyingi. Pia wana mambo mengi wanayokosa kuyaelewa juu ya mababu katika Biblia, na kutoa hukumu nyingi kuhusu wao.

Mungu alipomuamuru Ibrahimu amtoe mwanawe wa pekee Isaka, wengine husema kuwa lazima Ibrahimu aliona vigumu sanai kutii. Wanasema mambo kama yafuatayo: Mungu alimruhusu asafiri kwa siku tatu hadi mlima wa Moria ili kujaribu imani ya Ibrahimu; njiani, Ibrahimu alikuwa na wakati wa kushuhudia uchungu huku akiwaza ikiwa atatii amri ya Mungu au la. Lakini, hatimaye aliamua kulitii neno la Mungu.

Je, kwa kweli Ibrahimu alikuwa na matatizo haya? Aliondoka alfajiri hata bila kutafuta ushauri kutoka kwa mkewe Sera. Aliamini kabisa uwezo na uzuri wa Mungu ambaye angeweza kufufua waliokufa. Kwa sababu hii angemtoa mwanawe Isaka bila kusita. Mungu aliuona moyo wake wa ndani na akaikiri imani yake na upendo wake. Kutokana na haya, Ibrahimu akawa baba wa imani na akaitwa ‚rafiki wa Mungu'.

Ikiwa mtu haelewi kiasi cha imani na utiifu unaoweza kumfurahisha Mungu atakosa kuelewa juu ya mambo kama haya kwa sababu anafikiria katika moyo wake ulio na mipaka na katika kigezo chake cha imani. Tunaweza kuwaelewa wale wanaompenda Mungu kwa kiwango cha juu zaidi na wanaompendeza Mungu kiasi cha kuweza kufukuza dhambi na kukuza moyo kwa roho.

Kuwa Mtu wa Roho

Mungu ni roho, kwa hivyo anataka wanawe piawawe wanadamu wa roho. Sasa, tunapaswa kufanya nini ili tuwe wanadamu wa roho; ambao roho inakuwa bwana wa nafsi na mwili wake? Zaidi ya yote, tunapaswa kukata fikira za uongo; yaani fikira za kimwili ili tusitawaliwe na shetani. Na badala yake, tunafaa kusikiza sauti ya Roho Mtakatifu ambaye ndiye anayeendesha moyo wetu kupitia kwa neno la kweli. Tunapaswa kuruhusu nafsi zetu zitii sauti hiyo kwa ukamilifu. Tunaposikiliza neno la Mungu, tunafaa kulikubali kwa ‚Amina' na kuomba bila kukoma hadi tupate ufahamu wa kiroho wa neno lake.

Kwa kufanya hivi, ikiwa tutapokea ujazo wa Roho Mtakatifu, roho zetu zitakuwa bwana na tutafikia daraja la kiroho la kuwasiliana na Mungu kila siku. Kwa njia hii, nafsi zinapomtii bwana, roho, kabisa na kutenda kazi kama mtumwa, tutaweza kusema kuwa nafsi zetu ‚zimefanikiwa'. Ikiwa nafsi yetu imefanikiwa tutafanikiwa ulu katika mambo yote na tutakuwa na afya.

Ikiwa tutaelewa kazi za nafsi kwa uwazi na kuirejesha tena kwa njia apendayo Mungu, basi hatutapokea uchochezi wa shetani tena. Kwa njia hii, tunaweza kuupata tena mfano wa Mungu uliopotezwa na Adamu alipoanguka. Sasa mpangilio kati ya roho nafsi na mwili utajengeka vizuri na tutaweza kuwa watoto wa kweli wa Mungu. Kisha tunaweza hata kupita kiwango cha roho anaiyeishi ambacho kilikuwa ni kiwango cha Adamu. Hatutapokea tu mamlaka na uwezo wa kutawala vitu vyote bali pia tutafurahia furaha ya milele katika ufalme wa mbinguni ambao uko katika kiwango cha juu zaidi ya shamba la Edeni. Kama inavyosemwa katika 2 Wakorintho5: 17," Hata imekuwa, mtu akiwa ndani ya Kristo amekuwa kiumbe kipya; ya kale yamepita tazama! Yamekuwa mapya, „ tutakuwa kiumbe kipya kabisa kwa Mungu.

Roho Iliyo hai na Roho Iliyoimarishwa

Tunapotii amri za Mungu zinazotuambia tusitende mambo fulani na tushike mambo fulani, ina maana kuwa tusitende kazi za mwili na tushikilie kweli. Kwa kiasi hicho hicho, tutazidi kuwa watu wa roho. Jinsi tutakavyoendelea kuwawatu wa mwili wanaotenda uwongo, tutaweza kuwa na shida mbalimbali au magonjwa. Lakini mara tu tunapokuwa watu wa roho, tutafanikiwa katika mambo yote na tutakuwa na afya.

Pia tunapotupilia mbali uovukama Mungu anavyotuambia tuache mambo fulani, 'mambo yetu ya mwilii' na fikira za mwili zitaharibiwa kwa hivyo tutakuwa na roho wa kweli. Tunapofikiria katika kweli peke yake, tutasikia sauti ya Roho Mtakatifu kwa uwazi zaidi. Ikiwa tutafuata amri za Mungu zinazotuamuru kuweka, kutofanya au kutupilia mbali baadhi ya mambo basi tutaweza kufahamika kama watu wa roho kwa kuwa hatutakuwa na uwongo wowote ndani yetu. Zaidi ya hayo, ikiwa tutatimiza amri hizo za Mungu kwa ukamilifu, amri zinazotuambia tutende mambo fulani, tutakuwa watu wa roho iliyokamilika.

Zaidi ya hayo, kuna tofauti kubwa kati ya watu hawa wa roho na Adamu aliyekuwa roho hai. Adamu alikuwa hajakumbana na kitu chochote cha mwili kupitia kwa ukuzaji wa mwanadamu kwa hivyo hangeweza kuchukuliwa kama kiumbe kamili cha kiroho. Hangeweza kuelewa chochote kuhusu huzuni, uchungu kifo au utengano usababishwao na mwili. Hii ina maana kuwa kwa upande mwingine, hangeweza kutathmini kwa kweli, kushukuru au hata kupenda. Hata ingawa Mungu alimpenda sana, hangeweza kutathmini uzuri wa upendo huo. Alikuwa anafurahia vitu vizuri zaidi lakini hangeweza kuhisi kuwa alikuwa na furaha nyingi. Hangeweza kuwa mtoto wa Mungu wa kweli ambaye hangeshirikisha moyo wake na Mungu. Ni baada tu ya kupitia mambo ya kimwili na kufahamu juu yake ndipo mtu anapokuwa kiumbe wa kiroho.

Adamu alipokuwa roho iliyo hai, hakuwa amekmbana na kituchochote cha mwili. Kwa hivyo siku zote, alikuwa na uwezo wa kukubali mwili na uharibifu. Roho ya Adamu kwa kweli haikuwa roho timilifu na kamilifu lakini ilikuwa roho inayoweza kufa. Ndiyo maana aliitwa kiumbe hai iliyo na maana ya roho anayeishi. Basi, wengine wanaweza kuuliza roho inayoishi inawezaje kukubali majaribu ya shetani? Hebu niwape mfano.
Tuseme kuwa kuna watoto wawili watiifu sana kwenye familia. Mmoja wao aliwahi kuchomwa na maji moto ilhali yule

mwingine hajawahi kuchomwa. Siku moja, mama akawaotea birika la maji yaliyokuwa yanachemka na akawaonya wasiliguse. Watoto hawa walikuwa wanamtii mama yao sana, kwa hivyo wote wawili hawakuligusa.

Lakini mmoja wa watoto hao anafahamu kuwa birika lenye maji yanayochemka ni hatari sana, na hivyo anatii kwa kupenda. Pia anafahamu moyo wa mama kuwa mama yao anawapenda na anajaribu kuwalinda kwa kuwaonya Kwa upande mwingine. Yule mwingine ambaye hajawahi kuchomeka, udadisi wake unaamshwa anapoona birika na mvuke ukitoka. Hawezi kuelewa nia ya mamake. Siku zote kuna uwezekano kuwa atajaribu kuligusa lile birika moto kwa kutaka kujua.

Hivi ndivyo alivyokuwa Adamu roho iliyo hai. Alisikia kuwa dhambi na uovu vinaogofya lakini hakuwa amewahi kushuhudia. Hakukuwa na namna ya yeye kuelewa kwa hakika dhambi na uovu ni nini. Kwa vile hakuwa ameshuhudia uhusiano wa vitu kama hivyo, hatimaye akakubali majaribu ya shetani kwa kutaka na akala tunda walilokuwa wamekatazwa.

Kinyume na Adamu, roho iliyo hai ambaye hakuwahi kuelewa uhusiano wa vitu tofauti, Mungu alitaka watoto wa kweli ambao baada ya kukumbana na mwili, walipata mioyo ya roho na hawataweza kugeuza nia zao katika hali zozote. Wanaelewa tofauti kati ya mwili na roho vizuri. Wamekumbana na dhambi na uovu, uchungu na huzuni hapa ulimwenguni kwa hivyo wanajua jinsi mwili unavyoumiza, ulivyo mchafu, na usio na maana. Pia wanajua vizuri kuwa roho ni kinyume cha mwili.

Wanaijua uzuri na wema wake. Hivyo, kwa kupenda kwao, hawatawahi kuukubali mwili tena. Hii ndiyo tofauti kati ya roho iliyo hai na roho inayokuzwa.

Roho iliyo hai itatii bila masharti ilhali roho inayokuzwa itatii kutoka kwa moyo baada ya kukumbana na wema pamoja na uovu. Zaidi ya hayo, watu wale wa roho ambao wametupilia mbali dhambi na uovu watapata baraka ya kuingia katika ufalme wa tatu wa mbinguni miongoni mwa makao tofauti kule mbinguni na watu wa roho iliyokamili, mji wa Yerusalemu Mpya.

Imani ya Kiroho ni Upendo wa Kweli

Mara tunapokuwa watu wa roho katika mwendo wa imani yetu, tutaweza kuhisi furaha ya daraja tofauti. Tutakuwa na amani ya kweli moyoni. Tutafurahi siku zote, kuomba bila kukoma na kushukuru katika kila hali kama ilivyo katika 1 Thesalonika 5: 16-18. Tunaelewa moyo na mapenzi ya Mungu katika kutupa furaha ya kweli ili tumpende Mungu kwa mioyo ya kweli na kumpa shukrani.

Tulisikia kuwa Mungu ni upendo, lakini kabla tuwe watu wa roho kwa kweli hatuwezi kuijua upendo huo. Ni baada tu ya kuelewa majaliwa ya Mungu kupitia kwa utaratibu wa ukuzaji wa mwanadamu ndipo tunaweza kuelewa kwa kina kuwa Mungu ni upendo wenyewe na vile tunapaswa kumpenda kwanza juu ya vyote.

Ikiwa hatutatupilia mbali mwili kutoka mioyoni mwetu, upendo wetu na shukrani zetu si za kweli. Hata ingawa tunasema kuwa tunampenda Mungu na kuwa tunamshukuru, tunaweza kubadilisha mwenendo wa maisha yetu wakati vitu vinapokuwa havina manufaa tena kwetu. Tunashukuru wakati ambapo mambo ni mazuri lakini baada ya muda tunaisahau neema hiyo. Kukiwa na mambo magumu mbele yetu, badala ya kuikumbuka neema tunafadhaika au hata kukasirika. Tunasahau shukrani zetu na neema tuliyopokea.

Lakini shukrani za wanadamu wa roho hutoka katika kilindi cha mioyo yao kwa hivyo haziwezi kubadilika hata baada ya muda kupita. Wanaelewa majaliwa ya Mungu, anayewakuza wanadamu licha ya uchungu wote usioweza kustahimilika utokao kwa ukuzaji huo, na hutoa shukrani za kweli na zitokazo katika kilindi cha mioyo yao. Pia wanapenda kwa kweli na kutoa shukrani kwa Bwana Yesu aliyesulubiwa kwa niaba yetu na kwa Roho Mtakatifu ambaye hutuongoza kuifikia kweli. Upendo na shukrani zao hazibadiliki.

Kuufikia Utakatifu

Binadamu walichafuliwa na dhambi lakini wanapomkubali Yesu Kristo na kuipokea neema ya wokovu wanaweza kubadilishwa kwa imani na uwezo wa Roho Mtakatifu. Wanaweza kuenda zaidi ya kiwango cha roho iliyo hai. Kufikia kiasi cha uongo kuwatoka na badala yake kujazwa ukweli, wanaweza kuwa watu wa roho kwa kutimiza utakatifu ndani yao.

Mara nyingi, watu wanapoona mambo maovu, huyachanganya yale wanayoyaona na uongo ulio ndani yao na hivyo huhisi na kufikiria maovu. Kwa njia hii huelekea kuonyesha matendo maovu. Lakini wale waliotakaswa hawana uongo wowote ndani yao na hivyo hakuna fikira mbaya ama matendo maovu yanayotoka kwao. Kwanza kabisa, hawaoni mambo maovu na hata wanapoyaona, mambo haya hayawezi kuugana na fikira mbaya au vitendo.

Tunaweza kuchukuliwa kuwa tumetakaswa ikiwa tutakuza moyo safi usio na dosari au mawaa kwa kung'oa hata uovu uliowekwa katika kilindi cha moyowetu. Wale walio na fikira za kiroho pekee, yaani wale waonao, kusikia, kuzungumza na kutenda katika kweli ni watoto wa kweli wa Mungu waliopigz kiwango cha roho.

Kama ilivyoandikwa katika 1 Yohana 5: 18, „Tunajua kwamba kila mutoto wa Mungu hafanyi zambi, kwa maana Mwana wa Mungu anamulinda, wala yule Mwovu hawezi kumugusa," katika eneo la kiroho, uwezo hauna dhambi. Kuwa bila dhambi ni utakatifu. Kwa sababu hii tunaweza kurejesha mamlaka yaliyopewa Adamu roho iliyo hai, na kumshinda na kumtiisha adui ibilisi na Shetani kiasi cha kutupilia mbali dhambi.

Mara tunapokuwa watu wa roho, ibilisi hawezi hata kutugusa na mara tunapokuwa watu wa roho iliyokamilika na kujengauzuri na upendo, tutaweza kutenda kazi za uwezo wa Roho Mtakatifu na kutenda mambo makubwa na makuu.

Tunaweza kuwa watu wa roho na wa roho kamili kwa kutakaswa (1Wathesalonike 5: 23). Tukifikiria kuhusu Mungu anayekuza wanadamu na ambaye amekuwa akizaa nao kwa muda mrefu ili kupata watoto wa kweli, basi tunaweza kuelewa kwamba jambo la maana zaidi maishani ni kuwa watu wa roho na wa roho kamili.

Roho, Nafsi, na Mwili I

Sehemu ya 3

Kurejesha Roho

Je, Mimi ni Mtu wa Mwili au wa Roho?

Je, kuna Tofauti Gani Kati ya Roho na Roho kamili?

"Yesu akajibu, Amin, amin,
nakuambia, Mtu asipozaliwa kwa maji na kwa Roho,
hawezi kuuingia ufalme wa Mungu.
Kilichozaliwa kwa mwili ni mwili;
na kilichozaliwa kwa Roho ni roho."
(Yohana 3:5-6)

Sura ya 1
Roho na Roho kamili

Wanadamu wanahitaji wokovu kwa sababu roho zao zimekufa. Ukristo wetu ni utaratibu wa roho inayokua baada ya kufufuliwa.

Roho ni Nini?

Kurejesha Roho

Utaratibu wa Ukuaji wa Roho

Ulimaji wa Udongo Mzuri

Alama za Mwili

Ushahidi wa Kuwa katika Roho Kamili

Baraka Wanazopewa Watu wa Roho na wa Roho Kamili.

Roho ya mwanadamu ilikufa kwa sababu ya dhambi ya Adamu Tokea wakati huo nafsi zao zikatawala. Mara kwa mara wanakubali uongo na kufuata tamaa zao. Hatimaye, hawawezi kupokea wokovu. Kwa sababu wanadhibitiwa na nafsi zinazoshawishiwa na shetani, wanatenda dhambi na kuenda jehanamu. Ndiyo maana wanadamu wote wanahitaji kuokolewa. Mungu anatafuta watoto wa kweli ambao wanaokolewa kupitia kwa ukuzaji wa mwanadamu, yaani anatafuta watu wa roho na roho kamili.

Kama 1 Wokorintho 6: 17 inavyosema," Lakini yeye aliyeungwa na Bwana ni roho moja naye," Watoto wa kweli wa Mungu ni wale ambao wameunganishwa na Yesu Kristo katika roho.

Tunapomkubali Yesu kristo tunaishi katika kweli kwa msaada wa Roho Mtakatifu. Tukiishi katika kweli kwa kiasi kamilifu, ina maana kuwa tumekuwa watu wa roho wenye moyo wa Bwana. Hapa ni wakati tunapokuwa katika roho moja na Bwana. Hata ingawa tumekuwa na roho moja, roho wa Mungu na roho wa binadamu ni tofauti kabisa. Mungu mwenyewe ni roho isiyokuwa na mwili lakini roho ya mwanadamu iko kwenye mwili. Mungu ana aina ya roho ya mbinguni ilhali wanadamu wana aina ya roho iliyo kwenye mwili ulioumbwa kwa udongo kutoka ardhini. Kuna tofauti kubwa kati ya Mungu muumba na wanadamu ambao ni viumbe.

Roho ni Nini?

Watu wengi hufikiri kuwa neno ‚roho' linaweza kutumiwa na maana moja na neno ‚nafsi'. Merriam-Webster's Dictionary inaeleza kuwa roho ni nguvu inayohuisha au yenye uhai inayovipatia uhai viumbe vya kimwili au kiumbe asiye wa kawaida au kiini'. Lakini roho kwa mtazamo wa Mungu ni kitu kisichokufa, kisichoangamia au kubadilika lakini ni cha milele. Ni uhai na ukweli wenyewe.

Kama ni kutafuta kitu kilicho na sifa za roho humu duniani, kitu hicho ni dhahabu. Mng'ao haubadiliki hata baada ya muda haiharibiki wala kubadilika. Kwa sababu hii Mungu analinganisha imani yetu na dhahabu safi na anajenga nyumba za mbinguni kwa dhahabu na mawe mengine yenye thamani.

Mwanadamu wa kwanza, Adamu, alipokea sehemu ya uasili wa Mungu wakati Mungu alipompulizia pumzi ya uhai puani mwake. Aliumbwa kama roho ambayo si ekamili. Hii ni kwa sababu uwezekano wake kurudi kuwa kiumbe wa kimwili mwenye sifa za kiudongo ulikuwepo. Hakuwa ‚roho' pekee. Alikuwa ni ‚roho iliyo hai' iliyokuwa ‚kiumbe hai'.

Kwa nini Mungu alimuumba Adamu kama roho iliyo hai? Ni kwa sababu alitaka Adamu aende na apite daraja la roho iliyo hai kwa kukumbana na mwili kupitia kwa ukuzaji wa mwanadamu kutoka kama mwandamu wa roho kamili. Hii haifanyiki kwa Adamu pekee bali pia kwa uzao wake. Kwa sababu hii Mungi alimwandaa Mwokozi Yesu na Msaidizi Roho Mtakatifu hata kabla ya zamana zama nyingi zilizopitai.

Kurejesha Roho

Adamu aliishi kwenye shamba la Edeni kama roho iliyo hai kwa muda mrefu usioweza kupimika, lakini hatimaye mawasiliano baina yake na Mungu yalikatwa kwa sababu ya dhambi zake. Wakati huo shetani alianza kupanda maarifa yasiyo ya kweli ndani yake kupitia kwa nafsi yake. Katika utaratibu huo, ufahamu wa roho aliyokuwa amepewa na Mungu ulianza kupotea na mahali pake pakachukuliwa na mambo ya mwili ambayo ni maarifa ya uongo yatokayo kwa Shetani.

Baada ya muda, mambo ya mwili yalimjaa mwanadamu sana. Uongo ulimzunguka na kusonga mbegu ya uhai ndani ya mwanadamu. Ilikuwa ni kana kwamba uongo uliifungia na kuizuia mbegu ya uhai ili isifanye kazi kabisa. Katika hali ambayo mbegu ya uhai haiwezi kufanya kazi, tunasema kuwa roho ‚imekufa'. Tunaposema kuwa roho imekufa, ina maana kuwa nuru ya Mungu inayoweza kufanya mbegu ya uhai ifanye kazi, imepotea. Sasa, tufanyeje ili tuifufue roho iliyokufa?

Kwanza kabisa ni lazima tuzaliwe kwa maji na kwa Roho.

Tunapolisikiza Neno la Mungu ambalo ni kweli na kumkubali Yesu Kristo kama mwokozi wa maisha yetu, Mungu hutupatia kipawa cha Roho Mtakatifu mioyoni mwetu. Yesu alisema katika Yohana 3: 5," Amin, amin, nakuambia, Mtu asipozaliwa kwa maji na kwa Roho, hawezi kuuingia ufalme wa Mungu." Kulingana na haya, tunaona kuwa tunaweza kuokolewa tu baada ya kuzaliwa kwa maji ambayo ni neno la Mungu na kwa Roho Mtakatifu.

Roho Mtakatifu huja mioyoni mwetu na kuifanya mbegu ya uhai iweze kufanya kazi tena. Huu ndio ufufuo wa roho yetu iliyokufa. Hutusaidia kuutupilia mbali mwili ambao ni mambo yasiyokuwa kweli, kuharibu kazi za nafsi zisizokuwa kweli na kutupatia maarifa ya kweli. Tusipompokea Roho Mtakatifu, roho yetu iliyokufa haitafufuliwa na wala hatutaelewa maana ya kiroho ya neno la Mungu. Neno ambalo hatuwezi kulielewa haliwezi kupandwa mioyoni mwetu na hatuwezi kupata imani ya kiroho. Tunaweza kupata ufahamu wa kiroho na imani ya kuamini kutoka kwa mioyo yetu kwa msaada wa Roho Mtakatifu pekee. Pamoja na haya tunaweza kupata nguvu za kutekeleza neno la Mungu na kuishi kwa hilo tunapoomba. Bila msaada wake kupitia kwa maombi, hatuna nguvu ya kutekeleza neno la Mungu.

Pili, ni lazima tuendelee kuzaa roho kupitia kwa Roho.

Mara tu roho yetu iliyokufa inapofufuliwa kwa kumpokea Roho Mtakatifu, ni lazima tuendelee kuijaza roho yetu na maarifa ya kweli. Huku ni kuzaa roho kupitia kwa Roho. Tunapoomba kwa bidii kwa msaada wa Roho Mtakatifu ili tuweze kupambana na dhambi kiasi cha kumwaga damu, uovu na uongo ulio moyoni utaondoka. Zaidi ya hayo, kulingana na kiasi tutakachokubali maarifa ya kweli yatokayo kwa Roho Mtakatifu kama vile upendo, uzuri, ukweli, upole na unyenyekevu, ndivyo tutakavyozidi kuwa na wingi wa ukweli na uzuri wa moyo. Yaani, kukubali ukweli kupitia kwa Roho Mtakatifu ni kuchukua hatua za kurudi nyuma katika utaratibu ule uliomchafua mwanadamu tangu tangu kuanguka kwa Adamu.

Hata hivyo, kuna watu ambao wamempokea Roho Mtakatifu lakini hawabadilishi mioyo yao. Hawafuati anavyotaka Roho Mtakatifu na badala yake wanaendelea kuishi katika dhambi na kufuata tamaa za mwili. Mwanzoni, wanajaribu kutupilia mbali dhambi lakini baada ya muda wanakuwa vuguvugu katika imani yao na wanaacha kupambana na dhambi Wanapoacha kupambana na dhambi tu, wanafanya urafiki na ulimwengu au kutenda dhambi. Mioyo yao iliyokuwa inaendelea kutakaswa na kufanywa mieupe inachafuliwa na dhambi tena. Hata ingawa tumempokea Roho Mtakatifu, ikiwa mioyo yetu itaendelea kulowekwa kwa uongo, mbegu ya uhai ndani yetu haitaweza kupata nguvu.

1 Wathesalonike 5: 19 inatuonya kwa kusema, „Msimzimishe Roho". Tunaweza kuifikia mahali ambapo tuna jina kuwa

tuko hai lakini kama hatutajibadilisha baada ya kumpokea Roho Mtakatifu, tumekufa.(Ufunuo 3: 1) Hivyo, hata kama tumempokea Roho Mtakatifu, huyu Roho Mtakatifu atazimwa polepole ikiwa tutaendelea kuishi katika dhambi na maovu.

Kwa hivyo, ni lazima kila wakati tunajaribu kubadili mioyo yetu hadi itakapokuwa mioyo ya kweli kabisa. 1 Yohana 2: 25 inasema kuwa, „Na hii ndiyo ahadi aliyotuahidia, yaani, uzima wa milele." Naam, Mungu ametuahidi. Lakini kuna masharti yanayoambatana na ahadi hiyo.

Nayo ni kuwa tunapaswa kuunganishwa na Bwana na Mungu kwa kulitekeleza neno la Mungu tulilolisikia ili Mungu atupatie uzima wa milele. Hatuwezi kuupokea wokovu hata tukisema kwamba tunamwamini Bwana isipokuwa tu tuishi kwa Mungu na kwa Bwana.

Utaratibu wa Ukuaji wa Roho

Yohana 3: 6 inasema „Kilichozaliwa kwa mwili ni mwili; na kilichozaliwa kwa Roho ni roho". Kama ilivyoandikwa hatuwezi kuzaa roho ikiwa sisi tunaishi katika mwili.

Kwa hivyo, punde tunapompokea Roho mtakatifu na roho zetu zilizokufa kufufuliwa, roho ni lazima aendelee kukua. Itakuwaje ikiwa mtoto hakui vizuri au ameacha kukua kabisa? Mtoto huyo hataweza kuishi maisha ya kawaida. Hivyo ndivyo ilivyo hata katika maisha ya kiroho. Wale watoto wa Mungu ambao wamepata uzima lazima kuongeza imani zao na kuzifanya roho zao zikue.

Bibilia inatuambia kuwa kila mmoja ana kiasi cha imani

alichopewa ambacho ni tofauti na cha mwingine (Warumi 12: 3) Katika 1Yohana2: 12-14, inatueleza kuhusu viwango tofauti vya imani kwa kuiweka katika aina, yaani, imani ya watoto wachanga, watoto, vijana na akina baba:

Nawaandikia ninyi, watoto wadogo, kwa sababu mmesamehewa dhambi zenu, kwa ajili ya jina lake. Nawaandikia ninyi, akina baba, kwa sababu mmemjua yeye aliye tangu mwanzo. Nawaandikia ninyi, vijana, kwa sababu mmemshinda yule mwovu. Nimewaandikia ninyi, watoto, kwa sababu mmemjua Baba. Nimewaandikia ninyi, akina baba, kwa sababu mmemjua yeye aliye tangu mwanzo. Nimewaandikia ninyi, vijana, kwa sababu mna nguvu, na neno la Mungu linakaa ndani yenu, nanyi mmemshinda yule mwovu.

Kulingana na jinsi tutakavyojibadilisha na kuwa na moyo wa kweli, Mungu hutupa imani kutoka juu. Ni imani ambayo tunaweza kuamini kutoka moyoni, ambayo ni kuzaa roho kupitia kwa Roho. Hivi ndivyo afanyavyo Roho Mtakatifu: Roho Mtakatifu huturuhusu kuzaa roho na hutusaidia kuongeza imani yetu. Roho Mtakatifu huja ndani ya mioyo yetu na kutufundisha kuhusu dhambi, haki na hukumu (Yohana 16: 7-8). Hutusaidia kumwamini Yesu Kristo.

Pia hutusaidia kutambua maana ya kiroho iliyo kwenye Neno la Mugu na kuikubali kwa mioyo yetu. Katika utaratibu huu, tunaweza kuurejesha mfano wa Mungu na kuwa watoto wa kweli wa Mungu ambao ni watu wa roho na roho kamili.

Ili roho yetu iweze kukua, kwanza ni lazima tuharibu fikira zetu za kimwili. Fikra za kimwili huundwa wakati uongo katika mioyo yetu unapojitokeza kupitia kwa kazi za uongo za nafsi. Kwa mfano, ikiwa una uovu ndani ya moyo wako na usikie kuwa mtu alikusengenya kwanza utakuwa na kazi za nafsi zisizokuwa za kweli. Utakuwa na fikira za kibinadamu kwa kufikiria kuwa mtu huyo ni mjeuri na utaudhika na hisia nyingine mbaya zinaweza kujitokeza.

Kwa wakati huu, shetani ndiye anayetawala nafsi. Shetani ndiye anayeweka fikira mbovu. Kupitia kwa kazi hizi za nafsi, uongo ulio mioyoni ambao ni mambo ya mwili, kama vile hasira, chuki kiburi unachochewa. Badala ya kujaribu kuwaelewa watu wengine, utataka kukabiliana na mtu huyo mara moja.

Mambo haya ya mwili ambayo yametajwa awali pia ni mambo ya fikira za mwili. Ikiwa kujiona mnyoofu, dhana za binafsi ama nadharia za kibinafsi hujitokeza kupitia kwa kazi za nafsi, pia ni mambo ya mwili. Kwa mfano mtu ana mfumo wake wa fikira ambao anaamini kuwa si sawa kuridhiana katika imani. Basi ataendelea kufikiri kwamba mawazo yake ni yako sawa na kuvuruga amani na wengine hata katika hali ambazo anapaswa kuangalia kiwango cha imani na hali za watu wengine. Pia, tuseme mtu ana fikra fulani kuhusu masuala fulani na anaamini kuwa itakuwa ni vigumu kufikia kitu kwa kuangalia uhalisi wa hali. Basi, hii pia inachukuliwa kama fikra ya kimwili.

Hata baada ya kumpokea Roho Mtakatifu kwa kumkubali Bwana Yesu, bado tuna fikira za kimwili kiasi cha kuwa tuna mwili ambao hatujautupilia mbali. Tuna fikira za kiroho tunaporejesha tena maarifa ya kweli ambayo ni neno la Mungu, lakini tunaporejesha maarifa ya uongo tunapata fikira za kimwili. Roho Mtakatifu hawezi kuhamasisha maarifa ya kweli ikiwa tuna kiasi kilekile cha fikira za kimwili.

Ndiyo maana Warumi 8: 5-8 inasema, 'Kwa maana wale waufuatao mwili huyafikiri mambo ya mwili; bali wale waifuatao roho huyafikiri mambo ya Roho ;. Kwa kuwa nia ya mwili ni mauti; bali nia ya roho ni uzima na amani. Kwa kuwa ile nia ya mwili ni uadui juu ya Mungu, kwa maana haitii sheria ya Mungu, wala haiwezi kuitii.Wale waufuatao mwili hawawezi kumpendeza Mungu'

Fungu hili linaashiria kwamba tunaweza kuifikia kiwango cha roho ikiwa tu tutavunja fikira za kimwili. Wale wanaoishi katika mwili hawawezi kuacha kuwa na fikira za kimwili na kwa hivyo wana mawazo, maneno na tabia za kumwasi Mungu.

Mfano mmoja wapo ulio wazi kabisa wa kumpinga Mungu kwa sababu ya fikra za kimwili ni ule wa Mfalme Sauli katika 1Samweli 15. Mungu alimuamuru awashambulie Waamaleki na aharibu kila kitu huko. Ilikuwa ni sehemu ya adhabu waliyopaswa kupata kwa kumpinga Mungu vikali hapo awali.

Lakini baada ya Sauli kushinda vita, aliwaleta wanyama wazuri na akasema alitaka kumpa Mungu. Pia alimteka mfalme wa Waamaleki badala ya kumuua. Alitaka kujionyesha kwa kazi yake. Alikaidi amri kwa sababu alikuwa na fikira za kimwili zilizotokana na tamaa na kiburi chake. Huku macho yake yakiwa yamepofushwa na tamaa na kiburi chake, aliendelea kutumia fikira zake za kimwili kibinadam na hatimaye akakabiliwa na kifo cha kuhuzunisha.

Sababu kuu ya kuwa na fikira za kimwili ni kuwa tuna uongo mioyoni mwetu. Ikiwa tuna maarifa ya kweli peke yake mioyoni mwetu, hatuwezi kuwa na fikra za kimwili kamwe. Wale ambao hawana fikra za kimwili kawaida watakuwa na fikra za kiroho peke yake. Wanaitii sauti na mwongozo wa Roho Mtakatifu, hivyo basi wanaweza kupendwa na Mungu na kuziona kazi zake.

Kwa hivyo imesimama kuwa ni lazima tujitahidi kuutupilia mbali uongo na tujijaze kwa maarifa ya kweli ambayo ni neno la Mungu. Kujijaza na maarifa ya kweli halimaanishi kuwa tulijue tu akilini mwetu, lakini ni lazima tuijaze na kuikuzamioyo yetu kwa neno la Mungu. Wakati huohuo, ni lazima tuondoe fikira zetu wenyewe na mahali pake tuwe na fikira za kiroho. Tunapoingiliana na wengine ama kuona matukio fulani, tusihukumu na kuhesabia hatia kwa mtazamo wetu wenyewe bali ni lazima tujaribu kuwaona katika ukweli. Kila mara ni lazima tuangalie ikiwa tumewachukulia wengine kwa wema, kwa upendo na kweli kila wakati ili tuweze kubadilika. Kwa njia hii tutaweza kukua kiroho.

Ulimaji wa Udongo Mzuri

Methali 4: 23 inasema, Linda moyo wako kuliko yote uyalindayo; Maana ndiko zitokako chemchemi za uzima." Inasema kuwa chanzo cha maisha kitupatiacho uzima wa milele kinatoka moyoni. Tunaweza kuvuna matunda baada ya kupanda mbegu shambani ili ziweze kumea kutoa maua na kuzaa matunda. Vivyo hivyo sana, tunaweza kuzaa matunda ya kiroho baada tu ya mbegu za neno la Mungu kuanguka katika shamba la mioyo yetu.

Neno la Mungu ambalo ni chanzo cha uhai, lina kazi aina mbili linapopandwa moyoni. Husafisha dhambi na uongo kutoka mioyoni mwetu na hutusaidia kuzaa matunda. Bibilia ina amri nyingi kuu lakini amri hizi ziko katika kundi moja wapo kati ya makundi manne. Fanya; usifanye; shika; acha baadhi ya mambo. Kwa mfano, Bibilia inatuambia tutupilie mbali tamaa na aina zote za uovu. Pia, mifano ya ‚Usifanye' Inaweza kuwa ‚Usichukie', ama ‚Usihukumu'. Tunapotii amri hizi, dhambi zitang'olewa kutoka mioyoni mwetu. Ina maana kuwa Neno la Mungu huja mioyoni mwetu na huilima mioyo yetu ili iwe udongo mzuri.

Lakini itakuwa haina maana yoyote ikiwa t tutalima shamba na kuliacha hivyo. Ni lazima tupande mbegu za kweli na uzuri kwenye shamba lililolimwa ili tuweze kuzaa matunda tisa ya Roho Mtakatifu, na kuzaa baraka za Heri na upendo wa kiroho. Kuzaa matunda ni kutii amri zinazotuambia tushike na tufanye mambo fulani. Tunaposhika na kutekeleza amri hizo za Mungu, hatimaye tunaweza kuzaa matunda.

Utaratifu wa kuwa mtu wa roho kama ilivyotajwa katika sehemu ya kwanza ya sura hii juu ya ‚Ukuzaji', ni sawa na ulimaji wa shamba la moyo wetu. Tunafanya shamba ambalo halijalimwa kuwa shamba lenye udongo mzuri kwa kulilima, kuondoa mawe na kung'oa magugu. Vivyo hivyo, tunapaswa kutupilia mbali kazi zote za mwili na mambo yote ya mwili katika kulitii Neno la Mungu linalotuambia ‚Usifanye' na ‚Acha/

tupilia mbali' mambo fulani. Kila mtu ana aina tofauti ya maovu. Kwa hivyo, tuking'oa mizizi ya maovu ambayo huwa tunaona vigumu kuyaondoa, aina nyingine zote za uovu zinazoambatana nawo zitang'oka. Kwa mfano, mtu mwenye wivu mwingi aking'oa wivu, aina nyingine ya maovu yanayoambatano nawo kwa mfano chuki, masengenyo na uongo yatang'olewa pamoja nawo.

Mara tu tuking'oa mzizi mkubwa wa hasira na maovu mengine kama vile kukwazwa na kuvunjwa moyo pia yatang'olewa. Tukiomba na kuitupilia mbali hasira, Mungu atatupa neema na nguvu na Roho Mtakatifu atatusaidia kuitupilia mbali. Tunapoendelea kutumia Neno la Kweli katika maisha yetu ya kila siku, tutakuwa na ujazo wa Roho Mtakatifu na nguvu za kimwili zitadhoofishwa. Tuseme mtu hukasirika mara kumi kwa siku, lakini mara hizo zinapopunguzwa hadi mara tisa, saba na tano, hatimaye itapotea. Katika kufanya hivi, ikiwa tutageuza mioyo yetu iwe udongo mzuri kwa kutupilia mbali asili zote za za dhambi, huo moyo utakuwa moyo wa ,roho'.

Juu ya hayo, ni lazima tupande Neno la kweli linalotuambia tufanye na tushike mambo mengine kama vile kupenda, kusamehe, kutumikia wengine na kushika siku ya Sabato. Hapa, hatuanzi kutupilia mbali uongo wote kwanza ndipo tuanze kujijaza kweli. Kutupilia mbali uongo na kujaza kweli mahali pake lazima vifanyike wakati mmoja. Mara tu tunapokuwa na ukweli pekee mioyoni kwa kupitia utaratibu huu tunaweza kuchukuliwa kuwa watu wa roho.

Jambo mmoja wapo ambalo ni lazima tulitupilie mbali ili tuwe watu wa roho ni uovu ulio katika asili yetu ya kwanza. Tukilinganisha na udongo, maovu haya ya asili yetu ya kwanza ni kama sifa za udongo. Maovu haya hupitishwa kutoka kwa wazazi hadi kwa watoto kupitia nguvu ya uhai au 'chi.' Pia tunapokumbana na kukubali mambo maovu wakati tunapokua, asili yetu huzidi kuwa mbovu. Uovu katika asili yetu ya kwanza haudhihirishwi katika hali ya kawaida, ni vigumu kuutambua.

Kwa hivyo hata kama tumetupilia mbali dhambi zote na maovu yote yaonekanayo waziwazi, kutupilia mbali uovu ulio katika kilindi cha asili yetu sio jambo rahisi sana kutimiza. Ili tuweze kufanya jambo hili, ni lazima tuombe kwa shauku na kutia jitihada za kuutafuta na kuupata na kisha kuutupilia mbali.

Katika visa vingine tunasimama kabisa katika ukuaji wetu wa kirioho baada ya kufikia mahali fulani. Ni kwa sababu ya uovu katika asili yetu. Ili tuweze kuondoa magugu, ni lazima tuyang'oe pamoja na mizizi na si matawi na majani pekee. Kwa njia hiyohiyo, tunaweza kuwa na moyo wa roho baada tu ya kutambua na kutupilia mbali uovu ulio katika asili yetu pia. Mara tu tunapokuwa watu wa roho kwa njia hii, dhamiri zetu zinakuwa ukweli wenyewe na mioyo yetu itajazwa na kweli peke yake. Hii ina maana kuwa moyo wetu utakuwa roho yenyewe.

Alama za Mwili

Binadamu wa roho hawana uovu wowote ndani yao, na kwa vile wamejazwa roho wana furaha kila wakati. Lakini hilii si jambo kamili. Bado wana ‚alama za mwili'. Alama hizi za mwili zina uhusiano na haiba ya mtu au asili ya mwanzo ya mtu. Kwa mfano, baadhi yao ni wakweli na wenye haki na wana uwazi lakini hawana ukarimu na huruma. Wengine wanaweza kuwa wamejaa upendo mwingi na hufurahia kuwapa wengine vitu lakini labda wana mihemko mikali ama maneno na tabia zao ni za kimabavu.

Kwa sababu sifa hizihubakia kama alama za kimwili kwenye utu wao, bado huwaathiri hata waingiapo katika roho. Ni kama nguo zilizo na madoadoa ya zamani. Rangi zao za asili haiwezi kupatikana tena hata tukizifua kwa nguvu gani. Alama hizi za mwili haziwezi kuchukuliwa kuwa uovu lakini ni lazima tuzitupilie mbali na tujazwe kabisa na matunda tisa ya Roho, ambayo yatatuwezesha kuingia katika roho kamili. Tunaweza kusema kuwa moyo ambao hauna uongo kabisa kama shamba lililolimwa vizuri ni ‚roho'. Mbegu zinapopandwa kwenye shamba la moyo lililolimwa vizuri na kuzaa matunda mazuri ya roho basi tunaweza kuchukulia moyo huo kuwa moyo wa ‚roho kamili'.

Mfalme Daudi alipoingia katika roho, Mungu aliruhusu ajaribiwe. Siku moja Daudi alimuamuru Yoabu ahesabu watu. Hii ina maana kuwa waliwahesabu watu ambao walikuwa wanaweza kwenda vitani. Yoabu alijua kuwa haikuwa vizuri mbele za Mungu na akajaribu kumzuia Daudi asifanye hivyo. Lakini Daudi hakumsikiza. Kwa sababu hiyo, ghadhabu ya Mungu iliwajia na watu wengi wakafa kwa tauni.

Daudi alijua mapenzi ya Mungu vizuri sana. Basi ilikuwaje

hata akasababisha jambo kama hilo lifanyike? Daudi alikuwa amefukuzwa kwa muda mrefu na Mfalme Sauli na alipigana vita vingi na Mataifa. Aliwahi kufukuzwa na mtoto wake mwenyewe na maisha yake yakawa hatarini. Lakini baada ya muda mrefu uwezo wake kisiasa ulipokuwa umeimarika na uwezo wa taifa lake ulipokuwa umekua, akili yake ilitulia na akajisahau. Sasa alitaka kujivunia watu wengi katika nchi yake.

Kama ilivyoandikwa katika Kutoka 30: 12, „Utakapowahesabu wana wa Israeli, kama itakavyotokea hesabu yao, ndipo watakapompa Bwana kila mtu ukombozi kwa ajili ya roho yake, hapo utakapowahesabu; ili kwamba yasiwe maradhi kati yao, hapo utakapowahesabu," wakati mmoja Mungu aliwaamuru wana wa Israeli kuwahesabu watu baada ya Kutoka lakini ilikuwa ni kwa sababu za kuwapanga. Kila mmoja wao alilazimika kutoa sadaka ya kujikomboa kwa Bwana. Sadaka hii ilikuwa ni ya kuwakumbusha kwamba maisha ya kila mmoja wao yaliendelea kwa sababu ya ulinzi wa Mungu na hili liliwafanya wawe wanyenyekevu.. Kuhesabu watu kwenyewe si dhambi, kulifanyika kila ilipolazimu. Lakini Mungu alitaka unyenyekevu mbele zake kwa kukiri kuwa uwezo wa kuwa na watu wengi ulitoka kwa Mungu.

Lakini Daudi aliwahesabu watu hata ingawa hakuwa ameamriwa na Mungu. Kiini cha jambo hili hasa kilikuwa kudhihirisha kuwa moyo wake haukumtegemea Mungu bali ulitegemea wanadamu. Kwani kuwa na watu wengi kulimaanisha kwamba alikuwa na askari wengina kuwa taifa lake lilikuwa na nguvu. Daudi alipogundua kosa lake alitubu mara moja, lakini wakati huo alikuwa tayari yuko kwenye majaribu. Tauni iliingia katika taifa lote la Israeli, na ghafla watu wapatao 70000 wakafa.

Kwa kweli vifo vya watu wengi havikusababishwa tu na kiburi cha Daudi. Mfalme anaweza kuwahesabu watu wakati wowote, na nia yake haikuwa kutenda dhambi. Kwa hivyo kwa mtazamo wa mwanadamu hatuwezi kusema kuwa alikosa. Lakini machoni pa Mungu mkamilifu, anaweza kusema kuwa Daudi hakutegemea nguvu za Mungu kikamilifu na kwamba alikuwa na kiburi.

Kuna mambo mengine ambayo katika mtazamo wa wanadamu si maovu, lakini katika mtazamo wa Mungu mkamilifu yanaweza kuchukuliwa kuwa maovu. Hizi ndizo alama za mwili ambazo hubaki baada ya mtu kutakaswa. Mungu aliyaruhusu majaribu haya katika nchi ya Israeli kupitia kwa Daudi ili amfanye awe mkamilifu zaidi kwa kuondoa alama hizo za mwili. Lakini sababu ya kimsingi ya tauni kuingia katika nchi ya Israeli ni kuwa dhambi za watu zilichochea ghadhabu ya Mungu. 2 Samueli 24: 1; inasema, ,'Tena hasira ya Bwana ikawaka juu ya Israeli, akamtia Daudi nia juu yao, akisema, Nenda, ukawahesabu Israeli na Yuda."

Kwa hivyo, katika tauni hiyo watu wazuri ambao wangeokolewa hawakupokea adhabu hiyo. Waliokufa ni wale ambao walikuwa wamefanya dhambi kiasi cha kwamba hawakukubalika mbele za Mungu. Lakini kwa Daudi, aliomboleza sana na kutubu sana kwa kuona watu wakifa kwa sababu ya mwenendo wake. Kwa hivyo, Mungu alifanya kazi mara mbili kwa kutumia tukio moja. Aliwaadhibu watu waliokuwa wamefanya dhambi, kisha wakati huohuo akamtakasa Daudi.

Baada ya adhabu, Mungu alimruhusu Daudi amtolee sadaka ya dhambi katika uwanja wa kupuria nafaka wa Arauna. Daudi alifanya kama alivyoambiwa na Mungu. Alichukua mahali pale na kuanza kutayarisha ujenzi wa hekalu, hivyo tunaweza kuona kuwa aliirejesha tena neema ya Mungu. Kupitia kwa jaribio hili, Daudi alinyenyekea hata zaidi na ilikuwa hatua kwake ya kuingia katika roho kamili.

Ushahidi wa Kuwa katika Roho kamili

Tukitimiza kiwango cha roho kamili, , kutakuwa na ushahidi, ambayo maanake ni kwamba tutazaa matunda mengi ya roho. Lakini haimaanishi kuwa hatutazaa matunda yoyote hadi tufikie kiwango cha roho kamili. Watu wa roho wamo katika utaratibu wa kuzaa matunda ya upendo wa kiroho, matunda ya nuru, matunda tisa ya Roho Mtakatifu na Heri. Kwa sababu bado wamo katika utaratibu wa kuzaa matunda, bado hawajazaa matunda hayo kikamilifu. Kila mtu wa roho ana viwango tofauti vya kuzaa matunda ya kiroho.

Kwa mfano, mtu akitii amri za Mungu zinazotuambia ‚shika', na ‚acha/tupilia mbali' mambo fulani, hatakuwa na chuki ama hisia ngumu katika hali yoyote. Lakini kutakuwa na tofauti za kipimo cha kuzaa matunda kati ya watu tofauti wa roho, kuhusiana na amri ya Mungu inayotuambia ‚fanya' mambo fulani. Kwa mfano, Mungu anatuambia ‚tupende'. Na kuna kiwango ambacho huwezi kumchukia mtu na kuna kiwango kingine ambacho unaweza kugusa mioyo ya wengine kwa kuwahudumia. Zaidi ya hayo, kuna kiwango ambacho waweza hata kutoa maisha yako kwa ajili ya wengine. Wakati kitendo kama hiki hakibadiliki na kiko kamilifu, tunaweza kusema kuwa umekuza roho kamili.

Pia kuna tofauti kati ya kila mmoja katika kipimo cha kuzaa matunda ya Roho Mtakatifu. Kuhusu watu wa roho, mtu anaweza kuzaa tunda fulani kiasi cha asilimoa 50 ya kipimo kamili na tunda lingine asilimila 70. Mmoja anaweza kuwa na upendo mwingi lakini awe hana kiasi, ama awe ana uaminifu mwingi lakini hana upole.

Lakini kwa watu wenye roho kamili, wanazaa matunda yote ya Roho Mtakatifu kwa ukamilifu na kwa kipimo kamili. Roho Mtakatifu huendesha na kuongoza moyo wao asilimia 100 na kwa hivyo wana amani katika mambo yote na hawapungukiwi na lolote. Wana ari iwakayo kwa ajili ya Mungu na vilevile wana kiasi kamili ili katika kila hali wafanye yale yanayofaa.

Ni wapole kabisa kama kipande cha pamba ilhali wana heshima na mamlaka kama simba. Wana upendo wa kutafuta manufaa ya wengine katika kila kitu, na pia hujitolea maisha yao kwa ajili ya wengine bila kuwa na uppendeleo wowote. Wanatii haki ya Mungu. Hata Mungu anapowaamuru wafanye jambo ambalo kwa uwezo wa mwanadamu haliwezekani, wao hutii tu kwa ‚Ndio' na ‚Amina'.

Kwa nje, matendo ya utiifu ya watu wa roho na wale wa roho kamili yanaweza kuonekana sawa lakini kwa kweli, ni tofauti. Watu wa roho hutii kwa sababu wanampenda Mungu, ilhali watu wa roho kamili hutii kwa kuelewa kilindi cha moyo wa Mungu na nia yake. Wanadamu wa roho kamili wamekuwa watoto wa kweli wa Mungu walio na moyo wake, baada ya kufikia kiwango kamili cha Kristo katika kila kipengele. Wanatafuta utakaso katika kila kitu na wana amani na kila mtu na ni waaminifu katika nyumba yote ya Mungu.

1Wathesalonike 4: 3 inasema, „Maana haya ndiyo mapenzi ya Mungu, kutakaswa kwenu, mwepukane na uasherati." 1 Wathesalonike 5:23 inasema, "Mungu wa amani mwenyewe awatakase kabisa; nanyi nafsi zenu na roho zenu na miili yenu mhifadhiwe muwe kamili, bila lawama, wakati wa kuja kwake Bwana wetu Yesu Kristo."

Kuja kwake Bwana wetu Yesu Kristo kuna maana kuwa atakuja kuwachukua wana wake kabla ya Dhiki Kuu ya miaka saba. Ina maana kuwa ni lazima tufikie kiwango cha roho kamili na kujihifadhi kikamilifu ili kumuona Bwana kabla ya haya kufanyika. Mara tu tunapofikia roho kamili, nafsi na mwili wetu utakuwa wa roho na bila lawama, tutaweza kumpokea Bwana.

Baraka Wanazopewa Watu wa Roho na Roho kamili.

Kwa watu wa roho, nafsi zao hufanikiwa hivyo vitu vyote hufanikiwa pamoja nao na wana afya (3 Yohana 1: 2). Wametupilia mbali hata uovu ulio katika vilindi vya mioyo yao, hivyo ni wana watakatifu wa Mungu wa kweli. Hivyo wanaweza kufurahia mamlaka ya kiroho kama wana wa nuru.

Kwanza, wana afya njema na hawashikwi na magonjwa yoyote. Mara tu tuingiapo katika roho, Mungu hutulinda dhidi ya magonjwa na ajali na tunaweza kufurahia maisha yenye afya. Hata tukiwa wazee hatutazeeka wala kuwa wanyonge, na hatutakuwa na mikunjo mingine. Zaidi ya hayo, tunapoingia katika roho kamili, hata mikunjo italainishwa. Watakuwa wachanga zaidi na watapata nguvu zao tena.

Ibrahimu alipopita jaribio la kumtoa mwanawe Isaka kama sadaka, aliingia katika roho kamili; alizaa watoto hata alipokuwa ametimiza miaka 140. Ina maana kuwa alirudishiwa nguvu. Pia, Musa alikuwa mnyenyekevu na mpole kuliko mtu mwingine yeyote duniani na hivyo alifanya kazi kwa nguvu kwa miaka 40 baada ya kupokea mwito wa Mungu akiwa na miaka 80. Hata alipokuwa na miaka 120, „jicho lake halikupofuka, wala nguvu za mwili wake hazikupunguka" (Kumbukumbu la Torati 34: 7).

Pili, watu wa roho hawana uovu moyoni, hivyo adui ibilisi na Shetani hawezi kuwaletea majaribio yoyote. 1 Yohana 5: 18,"Twajua ya kuwa kila mtu aliyezaliwa na Mungu hatendi dhambi; bali yeye aliyezaliwa na Mungu hujilinda, wala yule mwovu hamgusi. „ Adui ibilisi na Shetani huwashitaki watu wa mwili na huwaletea majaribio.

Hapo mwanzo, Ayubu alikuwa katika hali ambayo hakuwa ametupilia mbali uovu wote, hivyo shetani alipomshitaki mbele za Mungu, Mungu aliruhusu majaribio hayo yatendeke. Ayubu alifahamu uovu wake na kutubu alipokuwa akipitia majaribio hayo yaliyosababishwa na mashitaka ya shetani. Lakini baada ya yeye kutupilia mbali hata uovu uliokuwa katika asili yake, na akaingia katika roho, na shetani hakuweza kumshitaki tena. Kwa hivyo, Mungu alimbariki kwa kumpa mara mbili ya vile alivyokuwa navyo awali.

Tatu, watu wa roho huisikia sauti na hupokea mwongozo wa Roho Mtakatifu, hivyo wanaongozwa katika njia ya mafanikio katika mambo yote. Kwa watu wa roho, mioyo yao yenyewe imebadilika kuwa kweli hivyo wanaishi Neno la Mungu. Chochote wanachofanya wanakifanya kulingana na kweli. Wanapokea uhimizo wa wazi kutoka kwa Roho Mtakatifu na kuutii. Pia, wanapoomba ili jambo fulani litendeke, huvumilia kwa imani isiyobadilika hadi ombi lao lijibiwe.

Ikiwa tutatii namna hii kila wakati, Mungu atatuongoza na kutupa hekima na ufahamu. Ikiwa tutaacha kila kitu mikononi mwa Mungu, atatulinda hata tukienda kinyume na mapenzi yake bila kujua: hata kama tumechimbiwa shimo atatufanya tulizunguke au afanye kazi kwa wema wa kila kitu.

Nne, watu wa roho hupokea kwa haraka kila kitu wanachoomba, wanaweza hata kupata jibu kwa kuweka kitu moyoni. 1 Yohana 3: 21-22 Yasema, „Wapenzi, mioyo yetu isipotuhukumu, tuna ujasiri kwa Mungu; na lo lote tuombalo, twalipokea kwake, kwa kuwa twazishika amri zake, na kuyatenda yapendezayo machoni pake." Baraka hizi zitawajia.

Hata wale wasio na ufundi au maarifa yoyote wanaweza kupokea sio tu baraka za kiroho bali pia baraka za vitu kwa wingi ikiwa tu wataingia katika roho, kwa sababu Mungu atawaandalia kila kitu na kuwaongoza.

Tunapopanda na kuomba kwa imani, tutapokea baraka zilizoshindiliwa, kusukwa-sukwa na hata kumwagika (Luka 6: 38), lakini mara tu tunapoingia katika roho, tutavuna mara 30 zaidi, na baada ya kuingia katika roho kamili tutavuna zaidi, ama mara 60 au 100. Wale watu wa roho na wa roho kamili wanaweza kupokea chochote kwa kuiweka moyoni tu.

Baraka wanazopewa watu wa roho kamili haziwezi kuelezewa vya kutosha. Wanamfurahia Mungu na Mungu naye anawafurahia, na kama ilivyoandikwa katika Zaburi 37: 4,"Nawe utajifurahisha kwa BWANA; Naye atakupa haja ya moyo wako," „Mungu kwa upande wake huwapa chochote wanachohitaji iwe pesa, umaarufu, mamlaka au afya.

Watu kama hawa hawatahisi kwamba wanakosa kitu chochote katika kiwango cha kibinafsi na wala hawana chochote cha kuombea katika kiwango cha kibinafsi. Hivyo, wanaombea ufalme na haki za Mungu na roho ambazo hazijamjua Mungu. Maombi yao ni mazuri na ni manukato mazito mbele za Mungu kwani maombi yao ni mema, hayana uovu na ni ya nafsi. Kwa hivyo, Mungu anawafurahia sana.

Wakati wale walioingia katika roho kamili wanapopenda nafsi na kuweka maombi ya ari, wanaweza kudhihirisha uwezo wa ajabu kama ilivyo kwenye Matendo ya Mitume 1: 8, „Lakini mtapokea nguvu, akiisha kuwajilia juu yenu Roho Mtakatifu; nanyi mtakuwa mashahidi wangu katika Yerusalemu, na katika Uyahudi wote, na Samaria, na hata mwisho wa nchi ." Kama inavyoelezwa, watu wa roho na roho kamili wanampenda Mungu upeo na wanampendeza Mungu, na hivyo wanapokea baraka zote zilizoahidiwa kwenye Bibilia.

Sura ya 2
Mpango wa Asili wa Mungu

Mungu hakutaka Adamu aishi milele bila ya kufahamu kuhusu furaha ya kweli, raha, shukrani na upendo. Kwa sababu hii, aliweka mti wa ujuzi wa mema na mabaya ili hatimaye Adamu aweze kushuhudia vitu vyote vya kimwili.

Kwa nini Mungu Hakuwaumba Wanadamu kama Roho?

Umuhimu wa Hiari na Kuzingatia

Lengo La Mungu Kuwaumba Wanadamu

Mungu Anataka Kupokea Utukufu Kutoka Kwa Wanawe wa Kweli

Ukuzaji wa mwanadamu ni utaratibu ambao wanadamu wa mwili wanabadilishwa na kurudi kuwa wanadamu wa roho. Ikiwa tunaenda tu kanisani bila kuelewa ukweli huu, basi hakuna maana yoyote. Kuna watu wengi ambao huenda kanisani lakini hawajazaliwa mara ya pili kwa Roho Mtakatifu, na kwa hivyo hawana hakikisho la wokovu. Lengo la kuishi katika imani ya Kikristosi kupokea wokovu tu bali pia kurejesha mfano wa Mungu na kumpenda Mungu na kumpa utukufu milele kama watoto wake wa kweli.

Basi, kusudi la Mungu kumuumba Adamu kama roho iliyo hai na kuendesha ukuzaji wa wanadamu duniani? Mwanzo 2:7 inasema, „BWANA Mungu akamfanya mtu kwa mavumbi ya ardhi, akampulizia puani pumzi ya uhai; mtu akawa kiumbe hai." Bwana Mungu akapanda bustani upande wa mashariki wa Edeni, akamweka ndani yake huyo mtu aliyemfanya. „

Mungu aliiumba mbingu na nchi mara nyingi kwa Neno Lake. Lakini mwanadamu alimuumba kwa mikono yake mwenyewe. Vilevile, jeshi la mbinguni na malaika wa mbinguni waliumbwa kama roho. Hata hivyo, hata ingawa ilikusudiwa kuwa mwanadamu hatimaye angeishi mbinguni, hali haikuwa haikuwa hivyo kwao. Ni kwa nini Mungu aliamua kujipa kazi utaratibu mgumu wa kumuumba mwanadamu kutoka kwa udongo wa ardhi? Kwa nini kwanza hakuwaumba kama roho? Hapa tunaona mpango maalum wa Mungu.

Kwa Nini Mungu Hakuwaumba Wanadamu kama Roho?

Kama Mungu hangemuumba mwanadamu kutoka kwa udongo wa ardhini, bali roho tu, wanadamu hawangeweza kukumbana na chochote cha mwili. Kama wangekuwa wameumbwa kama roho peke yake, wangekuwa wametii Neno la Mungu na hawangeweza kamwe kula tunda la mti wa ujuzi wa mema na mabaya. Sifa za udongo huweza kubadilika kulingana na kile unachoutia. Sababu ya kuwa Adamu angeweza kuharibika ingawa alikuwa katika nafasi ya kiroho ni kwamba alikuwa ameumbwa na udongo kutoka kwenye ardhi. Lakini haimaanishi kuwa alikuwa ameharibika tangu mwanzo.

Bustani ya Edeni ni nafasi ya kiroho ambayo imejaa nguvu za Mungu na kwa hivyo shetani hangeweza kupanda sifa za kimwili moyoni mwa Adamu. Lakini kwa vile Mungu alimpa Adamu hiari, angekubali mwili kwa kutaka mwenyewe kama angependa kufanya hivyo. Hata ingawa aliishi kama roho, mwili ungemwingia kama angependa kukubali mwili. Baada ya muda mrefu, alifungua moyo wake kwa majaribio ya Shetani na kuukubali mwili.

Kwanza kabis, sababu ya Mungu kumpa mwanadamu hiari ilikuwa ni kwa ajili ya ukuzaji wale. Kama Mungu hakumpa Adamu hiari, Adamu hangekubali chochote cha mwili. Hili pia lingemaanisha kwamba hakungekuwa na ukuzaji wa mwanadamu. Katika majaliwa yake Mungu kwa mwanadamu, ukuzaji wa mwanadamu sharti ungefanyika, na kwa kuwa anajua yote, , Mungu hakumuumba Adamu kama kiumbe wa kiroho. 8

Umuhimu wa Hiari na Kuzingatia Jambo Kiakili

Mwanzo 2: 17 inaeleza, „...walakini matunda ya mti wa ujuzi wa mema na mabaya usile, kwa maana siku utakapokula matunda ya mti huo utakufa hakika." kama inavyoelezwa, kulikuwa na majaliwa ya ndani ya Mungu kwa kumuumba Adamu kwa udongo uliotoka ardhini na kumpa hiari. Ilikuwa ni kwa ajili ya ukuzaji wa mwanadamu Wanadamu huweza kujitokeza kama wana wa kweli wa Mungu baada tu ya kupitia utaratibu wa ukuzaji wa mwanadamu.

Sababu mojawapo ya dhambi kumwingia Adamu ni kwambaalikuwa na hiari, lakini sababu nyingine ni kwamba hakulihifadhi neno la Mungu akilini mwake. Kuweka neno la Mungu ni kuliandika Neno Lake moyoni na kulitekeleza bila kubadilisha.

Watu wengine huendelea kufanya kosa lilelile, ilhali watu wengine hawawezi kurudia kosa mara mbili. Hili hutokea kutoka kwa tofauti iliyopo kati ya kuweka kitu akilini na kutokiweka. Dhambi ilimwingia Adamu kwa sababu alikuwa hajui umuhimu wa kuweka Neno la Mungu akilini mwake. Kwa upande mwingine tunaweza kurejesha hali ya roho kwa kuweka neno la Mungu akilini mwetu na kulitii. Hii ndiyo sababu ni muhimu kuweka neno la Mungu akilini mwetu.

Kwa wale watu ambao roho zao zilikuwa zimekufa kutokana na dhambi asili, ikiwa watamkubali Yesu na kumpokea Roho Mtakatifu, roho zao zilizokufa zitafufuliwa. Kutoka sasa, wanapoliweka Neno La Mungu akilini na kulitekeleza maishani mwao, watakuwa wanazaa roho kupitia kwa Roho. Wataweza kukua kiroho kwa haraka. Kwa hivyo, kuliweka neno la Mungu na kulitekeleza bila kubadilika hufanya kazi kubwa sana katika kuirejesha roho.

Lengo La Mungu Kuwaumba Wanadamu

Mbinguni kuna viumbe wengi wa kiroho, kama vile malaika wanaomtii Mungu kila wakati. Hawana ubinadamu isipokuwa katika visa maalum. Hawana hiari ya ambayo wanaweza kutumia kuchagua kushirikisha upendo wao. Hii ndiyo sababu Mungu alimuumba mwanadamu wa kwanza, Adamu kama kiumbe ambaye angeweza kumshirikisha upendo wake wa kweli.

Kwa muda mfupi tu, hebu fikiria Mungu akiwa na furaha huku akimuumba mtu wa kwanza Adamu. Akiumba midomo ya Adamu, Mungu alimtaka Adamu amsifu; Akiumba masikio yake, alitaka aisikie sauti ya Mungu na kuitii; akiumba macho yake, Alimtaka aone na kuhisi uzuri wa vitu vyote Alivyoumba na kumpa Mungu utukufu.

Lengo la Mungu kumuumba mwanadamu ni ili apokee sifa na utukufu kupitia kwao na kushiriki upendo nao. Alitaka wana ambao wangeweza kushiriki naye katika uzuri wa vitu vyote vilivyo ulimwenguni na hata mbinguni. . Alitaka afurahie raha ya milele pamoja nao.

Katika kitabu cha Ufunuo wa Yohana, tunawaona wale wana wa Mungu ambao wameokoka, wakisifu na kuabudu mbele ya kiti cha enzi cha Mungu milele. Watakapofika mbinguni, itakuwa na uzuri na furaha ambayo hawataacha kumsifu na kumtukuza Mungu kutoka vilindi vya mioyo yao kwa vile majaliwa ya Mungu yana kina na ni ya ajabu.

Wanadamu waliumbwa kama roho iliyo hai lakini wakawa watu wa mwili. Lakini ikiwa watakuwa watu wa roho tena baada ya kupata kila aina ya furahia, hasira, upendo na huzuni, basi wanaweza kuwa wana wa kweli wa Mungu wanaotoa upendo, shukrani na utukufu kwa Mungu kutoka katika vilindi vya mioyo yao.

Adamu alipokuwa akiishi katika Bustani ya Edeni, hangeweza kuchukuliwa kama mwana wa kweli wa Mungu. Mungu alimfundisha wema na ukweli pekee, na hivyo hakujua dhambi na uovu ni nini. Hakujua kukosa raha na maumivu ni vitu vya aina gani. Bustani ya Edeni ni nafasi ya kiroho, na pale hakuna kuangamia wala kufa.

Kwa sababu hii Adamu hakujua maana ya kifo. Hata ingawa aliishi katika wingi na ukwasi kama huu, hangeweza kuhisi furaha ya kweli, raha ama shukrani. Kwa sababu hakuona huzuni ama kukosa furaha, hangeweza kuhisi raha ya kweli ama furaha ya kweli. Hakujua maana ya chuki na hakufahamu upendo wa kweli. Mungu hakutaka Adamu aishi milele bila kujua kuhusu furaha ya kweli, raha, shukrani na upendo. Hiyo ndiyo sababu Mungu aliweka mti wa ujuzi wa mema na mabaya kwenye Bustani ya Edeni, ili hatimaye Adamu aweze kukumbana na mwili.

Wakati wale ambao wamekumbana na ulimwengu wa kimwili wanapokuwa watoto wa Mungu tena, basi watakuwa na ufahamu wa hakika wa roho nzuri ni nini na jinsi ukweli ulivyo na thamani. Sasa wataweza kumpa Mungu shukrani za kweli kwa kuwapa zawadi ya uzima wa milele. Mara tu tunapouelewa huu moyo wa Mungu, hatutakuwa na maswali kuhusu nia ya Mungu ya kuumba mti wenye ujuzi wa mema na mabaya na kuwafanya watu wateseke kwa sababu ya huo. Badala yake tutashukuru na kumpa Mungu utukufu kwa kumtoa mwanawe wa pekee Yesu Kristo ili amuokoe mwanadamu.

Mungu Anataka Kupokea Utukufu Kutoka Kwa Wanawe wa Kweli

Mungu anamkuza mwanadamu si kwa sababu tu ya kupata wana wa kweli bali pia apokee utukufu kupitia kwao. Isaya 43:7 inasema, "Kila mmoja aliyeitwa kwa jina langu, niliyemwumba kwa ajili ya utukufu wangu; mimi nimemwumba, naam, mimi nimemfanya." Pia, 1 Wakorintho 10: 31 inasema, „Basi, mlapo, au mnywapo, au mtendapo neno lo lote, fanyeni yote kwa utukufu wa Mungu."

Mungu ni Mungu wa upendo na haki. Mungu ndiye Hakututayarishia mbingu na uzima wa milele peke yake, bali pia alitupatia Mwanawe wa pekee ili atuokoe. Kwa sababu hii peke yake, Mungu anastahili kupokea utukufu. Lakini alichotaka Mungu si kupokea utukufu tu peke yake. Sababu kuu ya Mungu kutaka kupokea utukufu ni ili awarudishie utukufu wale waliompa utukufu. Yohana 13: 32 inasema,"... Mungu naye atamtukuza ndani ya nafsi yake; naye atamtukuza mara."

Mungu anapopokea utukufu kupitia kwetu sisi, Yeye hutupatia baraka teletele hapa duniani na pia atatupa utukufu wa milele katika ufalme wa mbinguni. 1 Wakorintho 15:41 pia inasema "Kuna fahari moja ya jua, na fahari nyingine ya mwezi, na fahari nyingine ya nyota; maana iko tofauti ya fahari hata kati ya nyota na nyota."

Inatueleza kuhusu tofauti zilizo katika sehemu za makao na utukufu ambao kila mmoja wetu aliyeokolewa atafurahia katika ufalme wa mbinguni. Sehemu hizi za makao na utukufu utakaotolewa utaamuliwa kulingana na kiasi tutakachokuwa tumetupilia mbali dhambi ili tuwe na mioyo safi na takatifu, na jinsi tulivyo waaminifu katika kuufanyia kazi ufalme wa Mungu. Mara vitu hivyo vinapotolewa, haviwezi kubadilishwa.

Mungu aliwaumba wanadamu ili apate watoto wa kweli

ambao ni wa roho. Mpango asili wa Mungu ni kwamba, watu kwa hiari yao wachague kutupilia mbali mwili na nafsi ua uongo na wageuke wawe watu wa roho na roho kamili. Nia hii ya Mungu ya kiasili ya kuwaumba na kuwakuza wanadamu itatimiziwa kupitia kwa wale watu wanaokuwa wa roho na roho kamili.

Je, unafikiri ni watu wangapi leo, ambao wanaishi maisha yanayostahili lengo la Mungu la kuwaumba wanadamu? Ikiwa kwa kweli tunaelewa lengo la Mungu kuwaumba wanadamu, kwa hakika tungerejesha mfano wa Mungu uliopotea kwa sababu ya dhambi ya Adamu. Tutasikia, tutaona, na tutazungumza katika kweli pekee, na fikira zetu zote na matendo yetu yote yatakuwa matakatifu na kamili. Hii ndiyo njia ya kuwa watoto wa kweli wa Mungu wanaompa furaha kuu kuliko ile furaha ambayo Mungu alikuwa nayo baada ya kumuumba mwanadamu wa kwanza Adamu. Watoto kama hawa wa kweli wa Mungu watafurahia utukufu kule mbinguni ambao hauwezi kulinganishwa hata na utukufu ule ambao roho iliyo hai. ali Adamu aliufurahia katika Bustani la Edeni.

Sura ya 3
Mwanadamu wa Kweli

Mungu aliwaumba wanadamu kwa mfano wake. Mapenzi ya Mungu ya dhati ni tuweze kuurejesha mfano wake tuliopoteza na tuweze kuhusika katika asili ya uungu ya Mungu.

Jukumu Lote La Wanadamu

Mungu alienenda na Henoko

Abrahamu Rafiki Wa Mungu

Musa Aliwapenda Watu Wake Kuliko Maisha Yake Mwenyewe

Mtume Paulo Alionekana Kuwa Kama Mungu

Aliwaita Miungu

Tukitekeleza Neno laMungu, tunaweza kuurejesha moyo wa roho uliojaa maarifa ya kweli, kama aliyokuwa nayo Adamu, akiwa roho iliyo hai kabla ya kufanya dhambi. Kazi kuu ya wanadamu ni kuurejesha mfano wa Mungu uliopotea kwa sababu ya dhambi ya Adamu na kuhusika katika asili ya uungu ya Mungu. Katika Biblia, tunaweza kuona kuwa wale waliopokea Neno la Mungu na kulitoa, waliozungumza mambo ya siri ya Mungu, na waliodhihirisha uwezo wa Mungu kumwonyesha Mungu aishie, walichukuliwa kuwa na cheo kikubwa na hata wafalme waliinama mbele zao. Ni kwa sababu walikuwa watoto wa kweli wa Mungu Aliye Juu (Zaburi 82: 6)

Siku moja mfalme Nebukadneza wa Babeli aliota ndoto na akawa na wasiwasi. Aliwaita wachawi na wakaldayo ili wamuambie ndoto aliyoota na fasiri bila kuwaambia ndoto hiyo. Kwa nguvu za mwanadamu yeyote ilikuwa haiwezekani ila Mungu peke yake ambaye haishi katika mwili wa mwanadamu.

Sasa, Danieli ambaye alikuwa mtu wa Mungu akamuomba mfalme ampe wakati ili aweze kumfasiria ndoto yake. Mungu alimuonyesha Danieli mambo ya siri katika maono usiku. Danieli alienda mbele ya mfalme na akamueleza ndoto na akampa fasiri yake. Kisha Mfalme Nebukadneza akaanguka kifudifudi akamsujudu Danieli na akaamrisha kuwa atolewe sadaka pamoja na manukato, pia akamtukuza Mungu

Kazi Kuu ya Wanadamu

Mfalme Sulemani alifurahia fahari nyingi na utajiri kuliko mtu mwingine yeyote. Akitawala ufalme ulioungana ulioimarishwa na babake Daudi nchi yake ilizidi kuwana nguvu na nchi jirani zilimlipa kodi. Ufalme huo ulikuwa katika kilele cha fahari yake wakati wa utawala wake (1 Wafalme 10).

Lakini baada ya muda, aliisahau neema ya Munga. Alifikiri vyote vilifanyika kwa nguvu zake pekee. Alilipuuza Neno La Mungu na akavunja amri ya Mungu iliyowakataza kuoa wanawake wa mataifa. Katika siku zake za mwisho mwisho, alichukua masuria wengi wa mataifa . Zaidi ya hayo, alijenga mahali pa juu kama masuria wake wa mataifa walivyotaka, na yeye mwenyewe pia akaabudu sanamu.

Mungu alimuonya mara mbili kuwa asifuate miungu ya kigeni lakini Sulemani hakutii. Hatimaye, ghadhabu ya Mungu ilikuja juu ya kizazi kilichofuata na Israeli ikagawanyika na kuwa na falme mbili. Angechukua chochote alichotaka, lakini katika siku zake za mwisho alikiri kuwa, „Ubatili mtupu, ubatili mtupu! Mambo yote ni ubatili" (Mhubiri 1: 2).

Alitambua kuwa mambo yote katika ulimwengu huu hayana maana yoyote na akahitimisha, „Hii ndiyo jumla ya maneno; yote yamekwisha sikiwa: Mche Mungu, nawe uzishike amri zake: Maana kwa jumla ndiyo impasayo mtu" (Mhubiri 12: 13).

Alisema kuwa, kazi impasayo mwanadamu ni kumcha Mungu na kufuata amri zake.

Hii ina maana gani? Kumcha Mungu ni kuchukia dhambi (Mithali 8: 13). Wale wampendao Mungu watatupilia mbali uovu na kushika amri Zake, na kwa njia hii watatimiza kazi kuu impasayo wanadamu. Tunapokuza moyo wa Bwana kwa ukamilifu ili kuurejesha mfano wa Mungu, ndipo tunaweza kuchukuliwa kuwa wanadamu walio kamili. Basi, hebu tuingie ndani tuangalie mifano ya baadhi ya bababu na wanadamu wa imani ya kweli waliompendeza Mungu.

Mungu alitembea na Henoko

Mungu alitembea na Henoko kwa miaka mia tatu na akamchukua akiwa hai. Mshara wa dhambi ni mauti, na ukweli kwamba Henoko alichukuliwa mpaka mbinguni bila kukiona kifo chake ni thibitisho kuwa Mungu alikiri kwamba hakuwa na dhambi. Alikuza moyo safi usiokuwa na mawaana ambao ulifanana na moyo wa Mungu. Hii ndiyo sababu Shetani hangeweza kumshitaki na lolote alipochukuliwa akiwa hai.

Mwanzo 5: 21-24 ilinakili ifuatavyo: „Henoko akaishi miaka sitini na mitano, akamzaa Methusela. Henoko akaenda pamoja na Mungu baada ya kumzaa Methusela miaka mia tatu, akazaa wana, waume na wake. Siku zote za Henoko ni miaka mia tatu na sitini na mitano. Henoko akaenda pamoja na Mungu, naye akatoweka, maana Mungu alimtwaa."

‚Kutembea na Mungu,' maanake ni kuwa Mungu yuko na huyo mtu kila wakati. Henoko aliishi kwa mapenzi ya Mungu kwa miaka mia tatu. Mungu alikuwa pamoja naye popote alipoenda.

Mungu ni nuru, uzuri na upendo wenyewe. Kutembea na Mungu kama huyu, ni lazima tuwe hatuna giza lolote mioyoni mwetu, na lazima tujae uzuri na upendo. Henoko aliishi katika ulimwengu wenye dhambi, lakini alijiweka safi. Pia alifikisha ujumbe wa Mungu kwa watu wa ulimwengui. Yuda 1: 14 inasema, „Na Henoko, mtu wa saba baada ya Adamu, alitoa maneno ya unabii juu ya hao, akisema, Angalia, Bwana alikuja na watakatifu wake, maelfu." Kama ilivyoandikwa, aliwajulisha watu kuhusu Kuja kwa Bwana Mara ya pili na Hukumu.

Bibilia haisemi lolote kuhusu mafanikio makuu ya Henoko ama kuwa alimtendea Mungu jambo la ajabu sana. Lakini Mungu alimpenda sana kwa vile alimheshimu Mungu na akaiishi maisha matakatifu, na akajiepusha na uovu wote. Ndiyo maana Mungu alimchukua akiwa ‚kijana'. Wakati ule, watu waliishi zaidi ya miaka 900, na yeye alichukuliwa na miaka 365. Alikuwa kijana mwenye nguvu.

Waebrania 11: 5 inasema, „Kwa imani Henoko alihamishwa, asije akaona mauti, wala hakuonekana, kwa sababu Mungu alimhamisha; maana kabla ya kuhamishwa alikuwa ameshuhudiwa kwamba amempendeza Mungu."

Hata leo, Mungu anataka tuishi maisha matakatifu na ya utaua, tukiwa na mioyo safi na mizuri bila kuchafuliwa na ulimwengu ili aweze kutembea nasi kila wakati.

Rafiki Wa Mungu Ibrahimu

Mungu alitaka wanadamu wajue jinsi mtoto wa kweli wa Mungu alivyo kupitia kwa Ibrahimu, ‚baba wa imani'. Ibrahimu aliitwa ‚chanzo cha baraka' na ‚rafiki wa Mungu'. Rafiki ni mtu unayeweza kumwamini na kumshirikisha siri zako. Kwa kweli kulikuwa na wakati kutakaswa hadi Ibrahimu akaweza kumwamini Mungu kikamilifu. Basi, ilikuwaje mpaka Ibrahimu akatambuliwa kama rafiki ya Mungu?

Ibrahimu alitii kwa ‚Ndio' na ‚Amina' peke yake. Mara ya kwanza alipopata wito wa Mungu wa kuacha mji wao, alitii tu bila kujua alikokuwa anaenda. Pia, Ibrahimu alitafuta faida ya wengine na kutafuta amani. Alikuwa anaishi na mpwa wake Lutu na walipolazimika kutengana, alimpa mpwa wake haki ya kuchagua eneo kwanza. Alikuwa na haki ya kuwa wa kwanza kuchagua kama amu, lakini hakujipatia.

Ibrahimu akasema katika Mwanzo 13: 9, „Je! Nchi hii yote haiko mbele yako? Basi ujitenge nami, nakusihi; ukienda upande wa kushoto, nitakwenda upande wa kuume; ukienda upande wa kuume, nitakwenda upande wa kushoto.

Kwa vile Ibrahimu alikuwa na moyo mzuri, Mungu alimpa ahadi ya baraka tena. Katika Mwanzo 13: 15-16, Mungu aliahidi, „...maana nchi hii yote uionayo, nitakupa wewe na uzao wako hata milele. Na uzao wako nitaufanya uwe kama mavumbi ya nchi; hata mtu akiweza kuyahesabu mavumbi ya nchi, uzao wako nao utahesabika."

Siku moja, muungano wa wafalme kadhaa ulishambulia Sodoma na Gomora miji aliyoishi Lutu mpwa wa Ibrahimu na wakateka watu na kuchukua nyara. Ibrahimu aliliongoza jeshi lake lililopokea mafunzo la watu waliozaliwa kwake, watu mia tatu na kumi na wanane na wakawafuata hadi kufikia Dani. Akarudisha vitu vyote. Pia, akamrudisha mpwawake Lutu pamoja na mali zake, na pia wanawake na watu.

Hapa, mfalme wa Sodoma alitaka kumpa Ibrahimu nyara kama shukrani lakini Ibrahimu akasema, „ya kuwa sitatwaa uzi wala gidamu ya kiatu wala cho chote kilicho chako, usije ukasema, Nimemtajirisha Abramu" (Mwanzo 14: 23). Haikuwa dhambi kuchukua chochote kutoka kwa mfalme, lakini Ibrahimu alikataa vipawa hivyo vya mfalme ili athibitishe kuwa baraka zake zote za mali zilitoka kwa Mungu peke yake. Alitafuta utukufu wa Mungu peke yake. Akiwa na moyo safi wa aina hiyo usiokuwa na tamaa za kibinafsi, na Mungu akambariki sana.

Mungu alipomuamuru Ibrahimu amtoe mwanawe Isaka kama dhabihu alitii mara moja kwani alimwamini Mungu ambaye angeweza kufufua wafu. Hatimaye, Mungu alimfanya awe baba wa imani, akisema, „katika kubariki nitakubariki, na katika kuzidisha nitauzidisha uzao wako kama nyota za mbinguni, na kama mchanga ulioko pwani; na uzao wako utamiliki mlango wa adui zao. Na katika uzao wako mataifa yote ya dunia watajibarikia; kwa sababu umetii sauti yangu" (Mwanzo 22: 17-18). Zaidi ya hayo, Mungu alimwahidi kuwa Mwana Wa Mungu, Yesu, ambaye angewaokoa wanadamu, atazaliwa kutoka kwa uzao wake.

Yohana 15: 13 inasema, "Hakuna aliye na upendo mwingi kuliko huu, wa mtu kuutoa uhai wake kwa ajili ya rafiki zake." Ibrahimu alikuwa tayari kumtoa mwana wake wa pekee Isaka, ambaye alikuwa wa thamani hata kuliko maisha yake mwenyewe, na hivyo akaonyesha upendo wake kwa Mungu. Mungu alimweka Ibrahimu awe mfano kielelezo cha ukuzaji wa wanadamu kwa kumwita rafiki wa Mungu kwa sababu ya imani yake kuu na upendo wake kwa Mungu.

Mungu ni mwenyezi na hivyo anaweza kutenda lolote na anaweza kutupatia chochote. Lakini huwapa watoto wake baraka na hujibu maombi yao kulingana na jinsi wanavyoweza kubadilishwa na ukweli katika ukuzaji wa wanadamu, ili waweze kuhisi upendo wa Mungu na shukrani kwa ajili ya baraka zake.

Musa Aliwapenda Watu Wake Kuliko Maisha Yake Mwenyewe

Musa alipokuwa mwana wa mfalme kule Misri, aliua Mmisri ili aweze kuwasaidia watu wakemwenyewe, na hivyo ikambidi akimbie kutoka jumba la kifalme la Farao. Tokea wakati huo aliishi jangwani akichunga kondoo kwa miaka arobaini.

Musa alikuwa mtu duni akichunga kondoo katika jangwa la Midiani, na alilazimika kuacha majivuno yake yote, na kujiona mnyoofu alivyokuwa navyo kama mwana wa mfalme wa Misri. Mungu alimtokea huyu Musa mtu duni na akampa kazi ya kuwatoa wana wa Israeli kutoka Misri. Musa alilazimika kuhatarisha maisha yake ili aweze kufanya kazi hiyo, lakini alitii na kwenda mbele ya Farao.

Tukiangalia tabia ya wana wa Israeli, tunaweza kuona moyo mkuu ambao Musa alikuwa nao alipowakubali na kuwapokea watu wale. Watu walipokuwa na matatizo, walimlalamikia Musa na hata wakajaribu kumpiga mawe.

Walipokosa maji, walilalamika kuwa walikuwa na kiu. Walipopata maji, walilalamika kuwa hawakuwa na chakula. Mungu alipowapa ,mana' kutoka juu, walilalamika kuwa hawakuwa na nyama. Walisema walikula vitu vizuri kule Misri, wakaidharau mana kwa kusema kuwa kilikuwa chakula duni.

Hatimaye, Mungu alipowaacha, nyoka wa jangwani walitokea na kuwauma. Lakini waliokolewa kwa vile Mungu alisikia ombi la dhati la Musa. Watu wale walikuwa wameshuhudia kwa muda mrefu kwamba Mungu alikuwa pamoja na Musa, lakini punde tu Musa alipoondoka wakatengeneza ndama wa dhahabu na kumuabudu. Pia walidanganywa na wanawake wa mataifa na wakazini. Huu pia ulikuwa uzinzi wa kiroho. Musa alimuomba Mungu kwa machozi kwa ajili ya wale watu. Aliweka maisha yake kama dhamana ya msamaha kwao, hata hivyo hawakukumbuka neema waliyokuwa wamepata.

Kutoka 32: 31-32 inasema:

Musa akarejea kwa Bwana akasema, Aa! Watu hawa wametenda dhambi kuu wamejifanyia miungu ya dhahabu. Walakini sasa, ikiwa utawasamehe dhambi yao -- na kama sivyo, unifute, nakusihi, katika kitabu chako ulichoandika!"

Hapa, kulifuta jina lake katika kitabu maanake ni kwamba hangeokolewa na angeteseja kwenye moto wa milele wa Jehanamu, ambacho ndicho kifo cha milele. Musa aliufahamu ukweli huu vizuri sana, lakini alitaka wale watu wasamehewe hata kwa kujitoa namna ile.

Je, unafikiri Mungu alihisi nini alipomuona huyu Musa? Musa aliuelewa moyo wa Mungu kwa kina kuwa anachukia dhambi lakini anapenda kuwaokoa wenye dhambi, na Mungu alipendezwa naye na alimpenda Musa sana. Mungu alisikia hili ombi la upendo la Musa na hivyo basi wana wa Israeli wakaepuka kuangamizwa.

Hebu fikiria, upande mmoja kuna almasi safi yenye ukubwa wa ngumi. Upande mwingine kuna maelfu ya mawe yenye ukubwa uo huo. Basi, ni kipi chenye thamani zaidi? Hata kama kuna mawe mangapi, hakuna anayeweza kubadili mawe kwa almasi. Vivyo hivyo, thamani ya Musa mtu mmoja aliyetimiza lengo la ukuzaji wa mwanadamu, ilikuwa kubwa zaidi kuliko mamilioni ya watu ambao hawajatimiza lengo hilo (Kutoka 32: 10).

Hesabu 12: 3 Inamzungumzia Musa kwamba, „Basi huyo mtu, huyo Musa, alikuwa mpole sana zaidi ya wanadamu wote waliokuwa juu ya uso wa nchi" na katika Hesabu 12: 7 Mungu anamhakikishia kusema, "Sivyo ilivyo kwa mtumishi wangu, Musa; Yeye ni mwaminifu katika nyumba yangu yote."

Bibilia katika sehemu nyingi inatueleza ni jinsi Mungu alivyompenda huyu Musa. Kutoka 33: 11 inasema, „Naye Bwana akasema na Musa uso kwa uso, kama vile mtu asemavyo na rafiki yake." Pia katika Kutoka 33, tunaona kuwa Musa alimuomba Mungu Ajionyeshe na Mungu akamjibu.

Mtume Paulo Alionekana Kuwa Kama Mungu

Mtume Paulo alimtumikia Mungu maisha yake yote lakini siku zote alivunjwa moyo na maisha yake ya awali kwa sababu alikuwa amemtesa Bwana. Kwa hivyo, aliyapokea majaribu makali yote kwa shukrani na kwa kupenda akisema, „Maana mimi ni mdogo katika mitume, nisiyestahili kuitwa mitume, kwa sababu naliliudhi Kanisa la Mungu" (1 Wakorintho15: 9).

Alifungwa jela, akapigwa mara zisizohesabika, akawa katika hatari ya kifo. Mara tano alichapwa na Wayahudi viboko thelathini na tisa. Mara tatu alipigwa mijeledi, akapigwa mawe mara moja, alivunjikiwa na meli mara tatuakawa huko kwenye maji mengi usiku mmoja na mchana mmoja. Alikuwa akisafiri kila mara , na alikuwa katika hatari za mito, hatari kutoka kwa wanyang'anyi, hatari kutoka kwa watu wa taifa lake, hatari kutoka kwa watu wa mataifa, hatari mijini, hatari jangwani, hatari baharini, hatari miongoni mwa waumini wa uongo; alifanya kazi kwa bidii na ugumu, na kukosa kulala kwa siku nyingi, akiwa na njaa na kiu, mara nyingi akiwa bila chakula huku akiwa katika baridi.

Aliteseka sana kiasi cha kusema katika 1 Wakorintho 4: 9, „Maana nadhani ya kuwa Mungu ametutoa sisi mitume mwisho, kama watu waliohukumiwa wauawe; kwa sababu tumekuwa tamasha kwa dunia; kwa malaika na wanadamu."

Sasa, ni kwa sababu gani Mungu aliruhusu mtume Paulo ambaye alikuwa mwaminifu kabisa aweze kupitia mateso makali na mambo magumu kama haya? Mungu alitaka mtume Paulo aibuke kama mtu mwenye moyo mzuri na mwangavu kabisa. Paulo hakuwa na mtu mwingine wa kutegemea ila Mungu peke yake katika hali za kutisha, kama kushikwa na kufungwa jela ama kuuawa. Alipata faraja na furaha katika Mungu. Alijikana kabisa na akakuza moyo wa Bwana.

Ungamo la Paulo lifuatalo linagusa sana kwa kuwa alikuwa ameibuka kutoka kwa majaribu kama mtu mzuri. Hakutaka kujiepusha na ugumu wowote, ingawa ilikuwa vigumu sana kwa mwanadamu kuvumilia. Alitangaza upendo wake wa kanisa na waumini katika 2 Wakorintho 11: 28 akisema, „Baghairi ya mambo ya nje, yako yanijiayo kila siku, ndiyo maangalizi ya makanisa yote."

Pia katika Warumi 9: 3, kuhusu watu wake ambao walitaka kumuua, akasema, „ Kwa maana ningeweza kuomba mimi mwenyewe niharimishwe na kutengwa na Kristo kwa ajili ya ndugu zangu, jamaa zangu kwa jinsi ya mwili." Hapa, „ndugu zangu, jamaa zangu' inahusu Wayahudi na Mafarisayo waliomtesa na kumsumbua Paulo sana.

Matendo 23: 12-13 inasema, „Kulipopambauka, Wayahudi wakafanya mapatano, wakajifunga kwa kiapo kwamba hawatakula wala hawatakunywa hata wamwue Paulo. Na hao walioapiana hivyo walipata zaidi ya watu arobaini.

Paulo mwenyewe hakuwafanya wawe na hisia zozote mbaya juu yake. Hakuwadanganya wala kuwaumiza. Lakini kwa sababu alihubiri injili na kufanya miujiza kwa uwezo wa Mungu, walitengeneza kikundi kilichoapa kumuua.

Hata hivyo, aliomba kuwa wale watu waokolewe, hata kama ni kwa kupoteza wokovu wake mwenyewe. Hii ndiyo sababu Mungu alimpa uwezo mkubwa namna hiyo: alikuza uzuri/wema mkubwa ambao kwa huo angeweza kutoa maisha yake kwa ajili ya wale waliojarigu kumuumiza. Mungu alimuacha atende miujiza kama vile kutoa pepo na kuponya magonjwa kwa kuwapelekea wagonjwa vitambaa au aproni vilivyogusa mwili wake.

Aliwaita Miungu

Yohana 10: 35 inasema, „Ikiwa aliwaita miungu wale waliojiliwa na neno la Mungu; (na maandiko hayawezi kutanguka)." Tunapolipokea Neno la Mungu na kulitekeleza, tunakuwa watu wa kweli, yaani watu wa roho. Hii ndiyo njia ya kufanana na Mungu ambaye ni roho: Kuwa mtu wa roho na zaidi sana kuwa mtu wa roho kamili. Na kwa kiasi hiki hiki, tunaweza kujitokeza kama viumbe walio kama Mungu.

Kutoka 7: 1 inasema, „Bwana akamwambia Musa, Angalia, nimekufanya wewe kuwa kama Mungu kwa Farao; na huyo ndugu yako Haruni atakuwa nabii wako. „Pia, Kutoka 4: 16 inasema, „ Naye atakuwa msemaji wako kwa watu, hata yeye atakuwa mfano wa kinywa kwako, nawe utakuwa mfano wa Mungu kwake." Kama ilivyoandikwa, Mungu alimpa Musa uwezo mkubwa kiasi cha kuwa Musa alionekana kama Mungu mbele za wanadamu.

Katika Matendo 14, Kwa jina la Yesu Kristo, mtume Paulo alimfanya mtu aliyekuwa maishani mwake hajawahi kutembea, akasimama na kutembea. Aliposimama na kuruka, watu walishangaa sana wakasema, „Na Miungu wametushukia kwa mifano ya wanadamu" (Matendo ya Mitume 14: 11). Kama katika mfano huu, wale watembeao na Mungu wanaweza kuonekana kama Mungu kwa sababu ni watu wa roho, hata ingawa wana miili.

Hii ndiyo sababu wanaelezwa katika 2 Petro 1: 4: „Tena kwa hayo ametukirimia ahadi kubwa mno, za thamani, ili kwamba kwa hizo mpate kuwa washirika wa tabia ya Uungu, mkiokolewa na uharibifu uliomo duniani kwa sababu ya tamaa."

Natutambue kuwa mapenzi ya Mungu ya dhati ni kwamba wanadamu washiriki katika asili ya uungu wa Mungu, ili tuweze kuitupilia mbali mili inayoharibika ambayo nguvu za giza peke yake ndizo zinazopendezwa nayo, na kuzaa roho kupitia kwa Roho na kwa hakika kushiriki katika uungu wa Mungu.

Punde tunapofikia kiwango cha roho kamili, inamaanisha tunakuwa tumeirejesha roho kikamilifu. Kuirejesha roho kikamilifu inamaananisha kuwa tumeurejesha mfano wa Mungu tulioupoteza kwa sababu ya dhambi ya Adamu, na hivyo ina maana kuwa tunashiriki katika asili ya uungu wa Mungu.

Mara tu tunapofikia kiwango hiki, tunaweza kupokea uwezo wa Mungu. Uwezo wa Mungu ni kipawa/zawadi kinachopewa wana wanaofanana na Mungu (Zaburi 62: 11). Ushahidi wa kuwa tumepokea uwezo wa Mungu ni ishara na maajabu, miujiza isiyokuwa ya kawaida, na mambo ya kushangaza. Hivi vyote hudhihirishwa na na kazi za Roho Mtakatifu.

Tukipokea uwezo kama huu, tunaweza kuleta roho zisizoweza kuhesabika katika njia, nauhai na wokovu. Petro alitenda mambo mengi makuu kupitia kwa uwezo wa Roho Mtakatifu.

Kwa kuhubiri mara moja watu wapatao elfu tano waliokoka. Uwezo wa Mungu ndio ushahidi wa kuwa Mungu aishie yuko pamoja na mtu fulani. Pia ni njia ya hakika ya kupanda imani ndani ya watu.

Watu hawataamini kabisa isipokuwa kwa ishara na maajabu. (Yohana 4: 48). Kwa hivyo, Mungu anadhihirisha uwezo wake kupitia kwa watu wenye roho kamili ambao wameirejesha roho kikamilifu kwa ukamilifu ili watu waweze kumuamini Mungu aishiye, Mwokozi Yesu Kristo, uwepo wa mbinguni na jehanamu na ukweli wa Biblia.

Sura ya 4

Eneo la Kiroho

Mara nyingi Biblia hutuambia juu ya eneo la kiroho na jinsi watu walivyokumbana nalo. Eneo la kiroho pia ndipo tutakapoenda baada ya maisha haya ya duniani.

Mtume Paulo Alijua Siri Za Eneo la Kiroho

Eneo la Kiroho Lisilokuwa na Mwisho Linavyoonyeshwa katika Biblia

Mbinguni na Jehanamu Hakika Vipo

Maisha baada ya Kifo kwa Nafsi Ambazo Hazijaokolewa

Kama vile Jua Linavyotofautiana na Mwezi katika Utukufu

Mbinguni Hakuwezi Kulinganishwa na Bustani ya Edeni

Yerusalemu Mpya, Zawadi Bora Zaidi Iliyopewa Wana wa Kweli wa Mungu

Watu waliorejesha mfano wa Mungu uliopotea wanapokamilisha maisha yao duniani, hrrudi katika eneo la kiroho. Kinyume na eneo letu la kimwili, eneo la kiroho ni mahali pasipo na mipaka. Hatuwezi kupima urefu, kina, au upana wake.

Ulimwengu wa kiroho kama huu mpana namna hii unaweza kugawanywa katika nafasi ya nuru ambayo ni ya Mungu, na nafasi ya giza iliyoruhusiwa pepo. Nafasi ya nuru ndiyo Ufalme wa Mbinguni ulioandaliwa kwa ajili ya watoto wa Mungu waliookolewa kwa imani. Waebrania 11: 1 inasema, „Basi imani ni kuwa na hakika ya mambo yatarajiwayo, ni bayana ya mambo yasiyoonekana." Kama ilivyosemwa, eneo la kiroho ni ulimwengu ambao hauwezi kuonekana. Lakini, kama vile uhalisi wa upepo katika ulimwengu wa kimwili usivyokuwa na ushahidi wa kuonekana na bado upo, kwa kutumaini katika imani juu ya kitu ambacho kwa kweli hatuwezi kukitumainia katika uhalisi wa ulimwengu wa kimwili, uwepo wake unathibitishwa na ushahidi uliodhihirisha

Imani ndilo lango linalotuunganisha na eneo la kiroho.

Ndiyo njia yetu, sisi tulio hai katika ulimwengu huu wa kimwili ya kumuona Mungu aliye katika eneo la kiroho. Kwa imani, tunaweza kuzungumza na Mungu ambaye ni roho. Tunaweza kusikia na kuelewa Neno la Mungu masikio yetu ya kiroho yakiwa wazi, na macho yetu ya kiroho yakifunguliwa, tunaweza kuuona ulimwengu wa kiroho ambao hatuwezi kuuona kwa macho yetu ya kimwili.

Imani yetu inapoongezeka, tutazidi kuwa na tumaini kubwa juu ya ufalme wa mbinguni na kuuelewa moyo wa Mungu kwa undani. Tunapotambua na kuuhisi upendo Wake, hatuwezi kujizuia kumpenda. Zaidi ya hayo, mara tu tunapokuwa na imani iliyo kamili, mambo ya eneo la kiroho ambayo hayawezi kabisa kufanyika katika ulimwengu wa kimwili, yatafanyika, kwa kuwa Mungu atakuwa pamoja nasi.

Mtume Paulo Alijua Siri Za Eneo la Kiroho

Katika 2 Wakorintho 12:1 na kuendelea Paulo anaeleza aliyoyashuhudia katika eneo kiroho kwa kusema, „ Sina budi kujisifu, ijapokuwa haipendezi; lakini nitafikia maono na mafunuo ya Bwana.' Alizungumzia mambo aliyoyaona na kuyasikia alipokuwa kule paradiso ya ufalme wa mbinguni katika Mbingu ya Tatu.

Katika 2 Wakorintho 12: 6 anasema, „Maana kama ningetaka kujisifu singekuwa mpumbavu, kwa sababu nitasema kweli. Lakini najizuia, ili mtu asinihesabie zaidi ya hayo ayaonayo kwangu au kuyasikia kwangu." Mtume Paulo aliona na kusikia mambo mengi ya kiroho na akapokea ufunuo wa Mungu, lakini hakuweza kuzungumza kuhusu yote aliyojua kuhusu eneo la kiroho.

Katika Yohana 3:12, Yesu alisema, „Ikiwa nimewaambia mambo ya duniani, wala hamsadiki, mtasadiki wapi niwaambiapo mambo ya mbinguni?" Hata baada ya kuona kazi nyingi za nguvu kwa macho yao, wanafunzi wa Yesu hawakuweza kumuamini Yesu kwa kikamilifu. Walipata kuwa na imani ya kweli baada tu ya kushuhudia kufufuka kwa Bwana. Baada ya hayo, walijitolea maisha yao kwa ufalme wa Mungu na kuieneza injili. Vivyo hivyo, mtume Paulo alijua eneo la kiroho vizuri sana. Alifanya kazi zote kwa ukamilifu katika maisha yake yote.

Je, kuna njia ambayo tunaweza kuhisi na kuelewa eneo la siri la kiroho kama alivyoelewa Paulo? Bila shaka, ipo. Kwanza kabisa, tunapaswa kuwa na hamu na eneo la kiroho. Kuwa na shauku ya dhati ya eneo la kiroho inathibitisha kuwa tunamkiri na kumpenda Mungu ambaye ni roho.

Eneo la Kiroho Lisilokuwa na Mwisho Linavyoonyeshwa katika Biblia

KatikaBiblia, tunaweza kupata nakili nyingi kuhusu eneo hili la kiroho na matukio ya kiroho. Adamu aliumbwa kama kiumbe hai, ambaye ni roho iliyo hai, na aliweza kuwasiliana na Mungu. Hata baada ya yeye, kulikuwa na manabii wengi waliowasiliana na Mungu na wakati mwingine walisikia sauti ya Mungu moja kwa moja (Mwanzo 5: 22, 9: 9-13; Kutoka 20: 1-17; Hesabu

12: 8). Wakati mwingine, malaika waliwatokea watu kuwapa ujumbe wa Mungu. Pia kuna rekodi kuhusu viumbe wanne walio hai (Ezekieli 1:4-14), makerubi (2 Samueli 6: 2; Ezekieli 10: 1-6), farasi wa moto na magari ya moto (2 Wafalme 2: 11, 6: 17), ambavyo ni vitu vya eneo la kiroho.

Bahari ya Shamu iligawanywa mara mbili. Maji yalitoka kwenye jiwe kupitia mtu wa Mungu, Musa. Jua na mwezi vilisimama vikatulia kutokana na ombi la Yoshua. Eliya alimuomba Mungu na moto ukashuka kutoka mbinguni. Baada ya kumaliza kazi yake ulimwenguni, Eliya alipelekwa hadi mbinguni kwa kimbunga. Hii ni baadhi ya mifano ya matukio, ambapo eneo la kiroho lilifunuliwa katika nafasi ya kimwili.

Licha hayo, katika 2 Wafalme 6, jeshi la Aramu lilipokuja kumteka Elisha, macho ya kiroho ya Gehazi mtumishi wa Elisha yalifunguliwa na akaona jeshi la farasi wa moto na magari ya moto lililomzunguka Elisha kumlinda. Danieli alitupwa kwenye tundu la simba kwa sababu ya njama iliyopangwa na mawaziri wenzake, lakini simba hawakumdhuru hata kidogo kwa kuwa Mungu alimtuma malaika Wake akawafunga simba midomo. Marafiki watatu wa Danieli walikataa kumtii mfalme ili washikilie imani yao, na wakatupwa katika tanuru ya moto uliokuwa mara saba zaidi ya moto wa kawaida. Lakini hakuna hata unywele wao mmoja ulioteketea.

Mwana wa Mungu, Yesu, pia alichukua mwili wa kibinadamu alipokuja duniani, lakini alidhihirisha mambo ya eneo la kiroho lisilokuwa na mipaka, lisilofungwa na upungufu wa nafasi ya kimwili. Alifufua wafu, akaponya magonjwa mbalimbali, na akatembea juu ya maji. Licha hayo, baada ya kufufuka kwake, ghafla alijitokeza kwa wanafunzi wake wawili waliokuwa njiani kuelekea Emau (Luka 24: 13-16), na akapitia kwenye kuta za nyumba na kujitokeza nyumbani kwa wanafunzi walioogopa wayahudi na kujifungia nyumbani (Yohana 20: 19).

Huu kwa kweli ni usafiri wa masafa marefu inayovuka mipaka ya nafasi ya kimwili. Inatwambia kwamba eneo la kiroho linavuka mipaka ya wakati na nafasi. Kuna nafasi ya kiroho zaidi ya nafasi ya kimwili inayoonekana kwa macho yetu, na alitembea kwenye nafasi ya kiroho ili kujitokeza wakati na mahali alipotaka.

Wale wana wa Mungu walio na uraia wa mbinguni ni lazima wawe na hamu ya mambo ya kiroho. Mungu huwaruhusu watu kama hao wenye hamu hiyo kuona mambo ya eneo la kiroho, kama alivyosema katika Yeremia 29: 13, „Nanyi mtanitafuta na kuniona, mtakaponitafuta kwa moyo wenu wote."

Tunaweza kuingia katika roho na Mungu akafungua macho yetu ya kiroho tunapotupilia mbali kujiona wanyoofu, dhana za kibinafsi na mifumo ya kujifikiria wenyewe pamoja na kuwa na hamu hiyo.

Mtume Yohana alikuwa mmoja wa wanafunzi kumi na wawili wa Yesu (Ufunuo wa Yohana 1: 1, 9). Katika mwaka wa 95 BK, alikamatwa na Domitianus, Mfalme Mkuu wa Rumi akatupwa kwenye chungu cha mafuta ya kuchemka. Lakini hakufa ila alihamishwa hadi Kisiwa cha Patmo katika bahari ya Aegeani.

Huko ndiko alikoandika kitabu cha Ufunuo wa Yohana.

Ili Yohana aweze kupokea ufunuo huu wa ndani, alilazimika awe na sifa zilizohitajika. Sifa hizo ni kuwa alilazimika awe mtakatifu bila ya uovu wowote na awe na moyo wa Bwana. Angeweza kushusha siri za ndani na ufunuo wa mbinguni kwa msukumo wa Roho Mtakatifu kupitia kuomba kwa bidii yatolewayo kwa moyo safi na mtakatifu kabisa.

Mbinguni na Jehanamu Kwa kweli Kuko

Mbinguni na Jehanamu viko katika eneo la kiroho. Punde tu baada ya kufungua kanisa la Manmini, Mungu alinionyesha mbinguni na jehanamu mara moja katika maombi yangu. Uzuri na furaha inayohisiwa mbinguni haiwezi kuelezwa ama kuwasilishwa kwa maneno.

Katika nyakati za Agano Jipya, wale wanaomkubali Yesu Kristo kama mwokozi wao wanasamehewa dhambi na kuokolewa. Baada ya maisha yao hapa duniani, kwanza wataenda kwenye Kaburi la Juu. Hapo, wanakaa kwa siku tatu ili wazoee eneo la kiroho, na kisha wanasonga hadi katika sehemu ya kusubiri katika paradiso ya ufalme wa Mbinguni. Baba wa imani Ibrahimu ndiye aliyesimamia Kaburi la Juu hadi Bwana alipopaa, na ndiyo maana tunapata rekodi za Biblia kuwa maskini Lazaro alikuwa ,kifuani mwa Ibrahimu'.

Yesu alihubiri injili kwa roho zilizo Kaburi la Juu baada ya kuvuta pumzi za mwisho msalabani (1 Petro 3: 19). Baada ya

Yesu kuihubiri injili katika Kaburi La Juu, alifufuka na nafsi zote zilizokuwa kule akazipeleka Paradiso. Tangu wakati huo, roho zilizookolewa hukaa mahali pa kusubiri pa Mbinguni palipo nje ya Paradiso. Baada ya Hukumu Ya Kiti Cha Enzi Kikuu Cheupe kuisha, wataenda katika makao yao ya mbinguni husika kulingana na kipimo cha imani ya kila mmoja wao, na huko wataishi milele.

Katika Hukumu Ya Kiti Cha Enzi Kikuu Cheupe, itakayofanyika baada ya ukuzaji wa mwanadamu kuisha, Mungu atahukumu matendo yote ya kila mmoja aliyezaliwa tangu uumbaji, yawe mazuri au mabaya. Inaitwa Hukumu ya Kiti Cha Enzi Kikuu Cheupe kwa sababu kiti cha enzi cha hukumu cha Mungu kitakuwa kinang'ara na kumetameta na hivyo kuonekana cheupe kabisa (Ufunuo 20:11).

Hukumu kuu itafanyika baada ya Bwana kuja mara ya pili duniani kupitia hewani, na baada ya ya ufalme wa Milenia kuisha. Kwa nafsi zilizookolewa, itakuwa ni hukumu ya tuzo, na kwa zile ambazo hazikuokolewa, itakuwa ni hukumu ya adhabu.

Maisha baada ya Kifo kwa Nafsi Ambazo Hazitaokolewa

Wale ambao hawajamkubali Bwana na wale ambao wamekiri imani yao Kwake lakini hawakuokolewa baada ya kufa watachukuliwa na wajumbe wawili kutoka jehanamu. Watakaa mahali panapoonekana kama shimo kubwa kwa siku tatu kujitayarisha kuishi katika Kaburi la Chini. Huko wanangojewa na maumivu mengi peke yake. Baada ya hizi siku tatu, watapelekwa hadi Kaburi la Chini na huko kila mmoja ataadhibiwa kulingana na dhambi zake. Kaburi hili la Chini ni la Jehanamu, na ni pana kama mbinguni, na lina sehemu nyingi tofauti za kukaa nafsi ambazo hazikuokolewa.

Kabla ya Hukumu ya Kiti Cha Enzi Kikuu Cheupe kufanyika, nafsi hizo zitakaa katika katika Kaburi la Chini zikipokea aina mbalimbali za adhabu. Adhabu hizi ni pamoja na kuumwa na wadudu au wanyama ama kuteswa na wajumbe wa Jehanamu. Baada ya Hukumu Ya Kiti Cha Enzi Kikuu Cheupe, wataenda aidha kwenye ziwa la moto ama ziwa liwakalo moto wa viberiti (Pia huitwa ziwa la moto na viberiti) na kupata mateso milele (Ufunuo 21: 8).

Adhabu kwenye ziwa la moto ama ziwa liwakalo moto wa viberiti ina maumivu mengi zaidi kuliko adhabu ya Kaburi la Chini. Jehanamu ina moto mkali sana. Zaidi ya hayo, ziwa la moto wa kiberiti lina moto mkali mara saba zaidi ya ziwa la moto. Hilo ni kwa ajili ya watu waliotenda dhambi zisizoweza kusamehewa kama vile kumkufuru au kumpinga Roho Mtakatifu.

Wakati mmoja Mungu alinionyesha ziwa la moto na ziwa la moto wa kiberiti. Sehemu hizi zilikuwa hazina mwisho na zilijazwa vitu kama mvuke uliotoka kwenye chemichemi za maji moto na watu waliweza kuonekana waziwazi. Wengine walionekana kutoka kifuani na wengine walikuwa wameingizwa kwenye ziwa mpaka shingoni. Katika ziwa hili la moto, walikuwa wanatapatapa na kupiga yowe , lakini kwenye ziwa la moto na viberiti uchungu ulikuwa mwingi sana hata hawangeweza kutapatapa. Tunapaswa kuamini kuwa ulimwengu huu usioonekana upo na tuishi kwa kufuata neno la Mungu ili kwa hakika tuweze kuupokea wokovu.

Kama vile Utukufu wa Jua Unavyotofautiana na Ule wa Mwezi

akieleza kuhusu mili yetu baada ya ufufuo, mtume Paulo alisema, „Kuna fahari moja ya jua, na fahari nyingine ya mwezi, na fahari nyingine ya nyota; maana iko tofauti ya fahari hata kati ya nyota na nyota" (1 Wakorintho 15: 41)

Utukufu wa jua unahusu utukufu unaopewa wale waliotupilia mbali dhambi, wakatakaswa na wamekuwa waaminifu katika nyumba ya Mungu humu duniani. Utukufu wa mwezi ni utukufu unaopewa wale ambao hawajafikia kiwango cha utukufu wa jua. Utukufu wa nyota unapewa wale ambao hawajafikia hata kiwango cha chini cha utukufu wa mwezi. Vilevile, nyota zinavyotofautiana katika utukufu, kila mmoja atapokea utukufu tofauti na zawadi, hata ingawa kila mmoja ataingia makao kiwango kilekile huko mbinguni.

Biblia inatuambia kuwa tutapokea utukufu tofauti mbinguni.

Makao ya mbinguni na tuzo zitakuwa tofauti kulingana na kiasi tulichotupilia mbali dhambi, kiasi cha imani yetu ya kiroho, na jinsi tulivyokuwa waaminifu katika ufalme wa Mungu.

Ufalme wa mbinguni una makao mengi yatakayopewa kila mmoja wetu kulingana na kipimo chake cha imani. Paradiso inapewa wale ambao wana kipimo kidogo zaidi cha imani. Ufalme wa Mbinguni wa Kwanza ni wa kiwango cha juu kuliko Paradiso, na Ufalme wa Mbinguni wa Pili ni bora kuliko wa Kwanza, na Ufalme wa Mbinguni wa Tatu ni bora kuliko wa Pili. Katika Ufalme wa Mbinguni wa Tatu ndiko kwenyemji wa Yerusalemu Mpya ambako kuna Kiti cha Enzi cha Mungu.

Mbinguni Hakuwezi Kulinganishwa na Bustani ya Edeni

Bustani la Edeni ni mahali pazuri sana na penye amani na hata mahali pazuri zaidi duniani hapawezi kulimganishwa napo. Lakini Bustani la Edeni haiwezi hata kuanza kulinganishwa na ufalme wa mbinguni. Furaha inayohisiwa katika Bustani ya Edeni na ile inayohisiwa katika Ufalme wa mbinguni ni tofauti kabisa kwa sababu Bustani ya Edeni iko katika mbingu ya pili nao Ufalme wa mbinguni uko katika mbingu ya tatu. Pia ni kwa sababu wale wanaoishi Bustani ya Edeni sio wana wa kweli wa Mungu waliopitia utaratibu wa ukuzaji wa mwanadamu.

Tuseme kuwa maisha ya duniani ni maisha ya giza bila mwangaza, basi, maisha ya Bustani ya Edeni ni kama kuishi kwenye taa na maisha ya mbinguni ni kama kuishi na mataa ya umeme unaong'aa. Kabla glopu ya umeme kuvumbuliwa, watu walitumia taa ambazo hazikuangaza vizuri. Lakini bado yalikuwa vitu vya thamani. Watu walipoona glopu ya umeme, kwa mara ya kwanza walishangaa.

Imetejwa tayari kuwa makao tofauti ya mbinguni yatapewa watu kulingana na kipimo chao cha imani na moyo wa roho waliokuza walipoishi hapa duniani. Na, kila makao mbinguni yana tofauti muhimu na mengine katika utukufu na furaha inayohisiwa pale. Tukivuka kiwango cha utakaso wa haki ili tuwe waaminifu katika nyumba yote ya Mungu na kuwa watu wa roho kamili tunaweza kuingia mji wa Yerusalemu Mpya ambamo mna Kiti cha enzi cha Mungu.

Yerusalemu Mpya, Zawadi Bora Zaidi Inayopewa Wana wa Kweli wa Mungu

Kama alivyosema Yesu katika Yohana 14: 2, „Nyumbani mwa Baba yangu mna makao mengi." Kwa kweli mbinguni kuna makao mengi. Kuna mji wa Yerusalemu Mpya ambamo mna kiti cha enzi cha Mungu, na pia kuna Paradiso ambayo ni mahali wanaporuhusiwa wale waliopokea wokovu kibahati.

Mji wa Yerusalemu Mpya uitwao pia ‚Mji wa Utukufu' ndipo mahali pazuri zaidi miongoni mwa makao yote ya mbinguni. Mungu anamtaka kila mmoja sio tu apokee wokovu bali pia aingie katika mji huu (1Timotheo 2:4).

Mkulima hawezi kuvuna ngano bora zaidi peke yake katika ukulima wake. Vivyo hivyo, sio wote wanaopokea ukuzaji wa kibinadamu wanaweza kuibuka kuwa wana wa kweli wa Mungu walio katika roho kamili. Kwa hivyo, kwa wale ambao hawatafaulu kuingia mji wa Yerusalemu Mpya, Mungu aliwaandalia makao mengi kuanzia Paradiso hadi katika Ufalme wa Kwanza, wa Pili, na wa Tatu wa Mbinguni.

Paradiso na Yerusalemu Mpya ni tofauti sana, kama vile kibanda kidogo kilichochakaa kilivyo tofauti na ikulu ya mfalme. Kama vile wazazi wapendavyo kuwapa watoto wao vitu bora zaidi, Mungu anatutaka tuwe wana wake wa kweli na tushiriki pamoja naye vitu vyote katika Yerusalemu Mpya.

Upendo wa Mungu haukuwekewa kundi fulani la watu. Unapewa wote wanaomkubali Yesu Kristo. Lakini makao ya Mbinguni pamoja na tuzo, na kipimo cha upendo wa Mungu kinachotolewa vitakuwa tofauti kulingana na kipimo cha utakaso na uaminifu wa kila mmoja.

Wale waendao Paradiso, Ufalme wa Kwanza wa Mbinguni, ama Ufalme wa Pili wa mbinguni, hawajatupilia mbali mwili wao kikamilifu, na wao sio wana wa Mungu wa kweli. Kama vile watoto wadogo ambavyo hawawezi kuelewa kila kitu kuhusu wazazi wao, ni vigumu kwao kuelewa moyo wa Mungu. Kwa hivyo, pia ni upendo na haki ya Mungu kuwa amewaandalia makao tofauti kulingana na kipimo cha imani ya kila mmoja. Kama inavyofurahisha kutembea na marafiki wa rika moja, inafariji na kufurahisha zaidi kwa raia wa mbinguni kukusanyika pamoja na wale wenye kiwango kimoja cha imani.

Mji wa Yerusalemu Mpya pia ni ushahidi kuwa Mungu amepata matunda yaliyo kamili kupitia kwa ukuzaji wa mwanadamu. Mawe kumi na mawili ya msingi wa mji huo ni thibitisho kwamba mioyo ya Wana wa Mungu wanaoingia ni mizuri kama hayo mawe ya johari. Lango la lulu linathibitisha kuwa watoto wapitiao katika lango hili wamekuza uvumilivu kama vile magamba hutengeneza lulu na uvumilivu wake.

Wanapopitia malango haya ya lulu, wanakumbushwa nyakati za saburi na kuvumilia ili waingie mbinguni. Wanapotembea kwenye barabara ya dhahabu, wanakumbuka njia za imani walizochukua humu duniani. Ukubwa na mapambo ya nyumba watakazopewa vitawakumbusha kiasi cha upendo wao kwa Mungu na jinsi walivyomtukuza Mungu kwa imani yao.

Wale wanaoingia mji wa Yerusalemu Mpya wanaweza kumuona Mungu ana kwa ana kwa vile wamekuza moyo safi na mzuri kama kioo na wanakuwa wana wa kweli wa Mungu. Pia watahudumiwa na malaika wengi na wataishi maisha marefu katika furaha ya milele. Ni mahali pa furaha na ni patakatifu na kuliko hata wanadamu wanavyodhani.

Kama vile kulivyo na na aina mbalimbali za vitabu , mbinguni pia kuna aina mbalimbali za vitabu. Kuna kitabu cha uzima kinachoandika majina ya wale waliookoka. Pia kuna kitabu cha kumbukumbu, kinachoandika mambo yanayoweza kukumbukwa milele. Ni cha rangi ya dhahabu na ruwaza nzuri za kifalme ziko juu ya ukurasa kifuniko. Hivyo, ni rahisi mtu kutambua kwamba ni kitabu cha thamani kubwa. Kinarekodi kwa kina kila kitu kuhusu ni mtu gani alitenda mambo gani, na katika hali gani, na sehemu muhimu pia zimerekodiwa kwenye video.

Kwa mfano, kinarekodi matukio kama vile Ibrahimu akimtoa mwanawe Isaka kama dhabihu; Eliya akishusha moto kutoka mbinguni; Danieli akilindwa kwenye tundu la simba; na marafiki watatu wa Danieli ambao hawakuungua motoni, ili kumpa Mungu utukufu. Mungu huchagua siku fulani yenye thamani, ili kufungua sehemu ya kitabu na kuwajuza watu yaliyomo. Wana wa Mungu humsikiliza kwa furaha na kumpa Mungu utukufu na sifa.

Pia, katika mji wa Yerusalemu Mpya karamu nyingi zitafanyika kila mara, zikijumuisha zile za Baba Mungu. Kuna karamu zitakazofanywa na Bwana, na Roho Mtakatifu, na pia na manabii kama Eliya, Henoko, Ibrahimu, Musa, na mtume Paulo. Waumini wengine wanaweza kuwaalika wengine waandae karamu. Karamu ni kilele cha furaha ya maisha mbinguni. Ni mahali pa kuona na kufurahia wingi wa vitu, uhuru, uzuri na utukufu wa Mbinguni kwa tazamo la haraka.

Hata hapa duniani, watu hujipamba vizuri sana na kufurahia kwa kula na kunywa kwenye karamu kubwa. Ndivyo ilivyo kule mbinguni. Katika karamu kule Mbinguni, malaika huimba na kucheza na pia kupiga muziki. Wana wa Mungu wanaweza kuimba na kucheza pia. Mahali pale pamejaa densi na nyimbo nzuri na sauti za vicheko vya furaha. Wanaweza kuzungumza kwa furaha na ndugu zao katika imani huku wameketi hapa na pale, ama wakasalimiana na mababu wa imani waliokuwa wanatamani kuwaona.

Ikiwa wataalikwa kwenye karamu ya iliyoandaliwa na Bwana, waumini watajipamba kwa jitihada zao zote kama mabibiharusi wazuri zaidi wa Bwana. Bwana ni bwana harusi wetu wa kiroho. Mabibi harusi wa Bwana wanapofika mbele ya ngome ya Bwana, malaika wawili kutoka pande zote za lango linalometameta kwa mataa ya dhahabu huwapokea kwa unyenyekevu.

Kuta za ngome hiyo zimepambwa kwa vito mbalimbali vya thamani. Juu ya kuta hizo kumepambwa na maua mazuri yanayowatolea harufu nzuri mabibi harusi wa Bwana waliofika hapo. Wanapoingia kwenye ngome hiyo, wanaweza kusikia sauti za nyimbo zinazoweza kugusa hata kilindi cha roho zao. Wanahisi furaha na faraja kwa sauti za sifa, na wanaguswa sana na shukrani zao, wakifikiria upendo wa Mungu ambaye amewaongoza hadi kufika mahali pale.

Wanapotembea kwenye njia ya dhahabu hadi kwenye jengo kuu la ngome ya Bwana wakiongozwa na malaika, mioyo yao inawadundadunda sana. Wanapokaribia jengo lile, wanaweza kumuona Bwana ambaye anatoka nje ili kuwapokea. Kwa mara moja macho yao yanabubujika machozi, lakini wanamkimbilia Bwana kwa kuwa wanataka kukutana naye haraka iwezekanavyo.

Bwana anawakumbatia mmoja mmoja huku uso Wake ukiwa umejaa upendo na huruma. Anawakaribisha kwa kusema, Njoni! Bi harusi wangu wazuri! Karibuni! Waumini wanaokaribishwa vizuri na Bwana watamshukuru kwa mioyo yao yote kwa kusema, „Kwa kweli nakushukuru kwa kunialika!" Kama wale wanaoshiriki upendo wao, wanatembea pamoja na Bwana huku wakitazama mazingira yao, na kuzungumza naye jinsi walivyotaka sana hapa duniani.

Maisha ya mji wa Yerusalemu Mpya, kuishi na Mungu wa Utatu, yamejaa upendo na furaha nyingi. Tunaweza kumuona Bwana uso kwa uso, kuwa kifuani mwake, kutembea naye, na kufurahia mambo mengi pamoja naye. Maisha ya furaha iliyoje! Ili tuweze kufurahia maisha haya, ni lazima tuwe watakatifu na tutimilishe roho, na zaidi sana roho kamili inayofanana kabisa na moyo wa Bwana.

Kwa hivyo, natutimishe roho kamili upesina tumaini hili, tupokee baraka za mambo yote yatuendeayo vizuri na kuwa na afya wakati nafsi zetu zinapofanikiwa, na kisha baadaye tukikaribie sana kiti cha enzi cha Mungu kama tunavyoweza katika mji wa utukufu wa Yerusalemu Mpya.

Mwandishi:
Dr. Jaerock Lee

Dr. Jaerock Lee alizaliwa Muan, Jimbo la Jeonnam, katika Jamhuri ya Korea, mwaka 1943. Akiwa katika miaka yake ya ishirini, Dr. Lee aliugua magonjwa mbalimbali yasiyokuwa na tiba kwa muda wa miaka saba na alikata tamaa ya kupona na akawa anasubiri kifo. Siku moja majira ya kuchipua mwaka 1974, alipelekwa kanisani na dada yake na alipopiga magoti kuomba, Mungu aliye hai alimponya magonjwa yote mara moja.

Tangu wakati Dr. Lee alipokutana na Mungu aishiye kupitia uponyaji huo wa ajabu, amempenda Mungu kwa moyo wake wote na kwa uaminifu, na mnamo mwaka 1978 aliitwa ili awe mtumishi wa Mungu. Aliomba kwa bidii na kufunga mara nyingi sana ili aweze kuelewa mapenzi ya Mungu kwa hakika, ayatimize yote na kulitii Neno la Mungu. Mwaka 1982, alianzisha Kanisa Kuu la Manmin katika jiji la Seoul, Korea, na kazi nyingi za Mungu, ikiwa ni pamoja na miujiza ya uponyaji na maajabu, vimekuwa vikitendeka katika kanisa hili tangu wakati huo.

Mnamo mwaka 1986, Dr. Lee aliwekwa wakfu kama mchungaji katika Mkutano wa Mwaka wa Kanisa la Yesu huko Sungkyul, Korea, na miaka minne baadaye, mwaka 1990, mahubiri yake yalianza kuonyeshwa katika nchi za Australia, Urusi, na Ufilipino. Baada ya muda mfupi nchi nyingine nyingi ziliweza kufikiwa kupitia Far East Broadcasting Company, Kituo cha utangazaji cha Asia Broadcast Station na Washington Christian Radio System.

Miaka mitatu baadaye, mwaka 1993, Kanisa kuu la Manmin lilichaguliwa kuwa moja yapo ya "Makanisa 50 Yanayoongoza Duniani" na jarida la Christian World la Marekani. Alipewa Shahada ya Heshima ya Udaktari katika Theolojia (Honorary Doctorate of Divinity) kutoka chuo cha Christian Faith, Florida, Marekani, na katika mwaka 1996 alipata Ph.D. katika Huduma kutoka Kingsway Theological Seminary, Iowa, Marekani.

Tangu mwaka wa 1993, Dr. Lee amekuwa mstari wa mbele katika kuhubiri injili ulimwenguni kote kupitia mikutano mingi ya Injili huko Tanzania, Argentina, L.A., jiji la Baltimore, Hawaii, na jiji la New York huko Marekani, Uganda, Japani, Pakistani, Kenya, Ufilipino, Hondurasi, India, Urusi, Ujerumani, Peru, Jamhuri ya Kidemokrasia ya watu wa Congo, na Israeli na Estonia.

Mnamo mwaka 2002 alipewa jina la "mwana uvuvio wa ulimwengu" na magazeti maarufu ya Kikristo nchini Korea kutokana na kazi yake katika mikutano mbali mbali aliyoifanya nje ya nchi. Mkutano wa kutajika haswa, ni ule wa 'New York Crusade 2006' ulioandaliwa katika Madison Square Garden, ambao ndiyo uwanja maarufu zaidi duniani. Mkutano huo ulirushwa hewani kwa mataifa 220, na katika mkutano wa 'Israel United Crusade 2009', uliofanyika International Convention Center (ICC) huko Yerusalemu, alitangaza waziwazi kwamba Yesu Kristo ndiye Masihi na Mwokozi.

Mahubiri yake yanapeperushwa hewani kufikia mataifa 176 kupitia mitambo ya setilaiti ikiwemo GCN TV, na pia aliorodheshwa kama mmoja wa 'Viongozi 10 Wa Kikristo wenye Ushawishi Mkubwa' wa mwaka 2009 na 2010 na gazeti maarufu la Russian Christian magazine In Victory na shirika la habari la Christian Telegraph kwa sababu ya vipindi vyake vya televisheni na huduma yake ya kuchunga makanisa ulimwengu mzima.

Kufikia Mei mwaka 2013, Manmin Central Church ilikuwa na washirika zaidi ya 120,000. Kuna makanisa yapatayo 10,000 ulimwengu mzima ambayo ni matawi ya Manmini Central Church yakiwemo makanisa 56 yaliyoko Korea, na wamisionari zaidi ya 129 wametumwa nchi 23, ikiwemo Marekani, Urusi, Ujerumai, Canada, Japan, China, Ufaransa, India, Kenya, na nyingine nyingi kufikia sasa.

Kufikia wakati wa kuchapishwa kwa kitabu hiki, , Dr. Lee ameandika vitabu 85, vikiwemo vile vilivyo maarufu kama Kuonja Uzima Wa Milele Kabla Mauti, Maisha Yangu Imani Yangu I & II, Ujumbe wa Msalaba, Kiasi cha Imani, Mbinguni I & II, Jehanamu, Amka, Israeli!, na Nguvu za Mungu. Vitabu vyake vimetafsiriwa katika zaidi ya lugha 75.

Makala yake ya Kikristo huchapishwa kwenye The Hankook Ilbo, The JoongAng Daily, The Chosun Ilbo, The Dong-A Ilbo, The Munhwa Ilbo, The Seoul Shinmun, The Kyunghyang Shinmun, The Korea Economic Daily, The Korea Herald, The Shisa News, na The Christian Press.

Dr. Lee sasa hivi ni kiongozi wa mashirika mengi na miungano ya kimisionari. Nyadhifa zake zinajumuisha kuwa: Mwenyekiti wa The United Holiness Church of Jesus Christ; Raisi wa Manmin World Mission; Rais wa Kudumu wa The World Christianity Revival Mission Association; Mwasisi na Mwenyekiti wa Bodi ya Global Christian Network (GCN); Mwasisi na Mwenyekiti wa World Christian Doctors Network (WCDN); na Mwasisi & Mwenyekiti wa Bodi ya, Manmin International Seminary (MIS).

Vitabu vingine Vizuri sana Vya Mwandishi Huyu

Mbinguni I & Mbinguni II

Mchoro wa kina wa mazingira mazuri sana ya kuishi ambayo raia wa mbinguni wanayafurahia na maelezo mazuri ya ngazi mbalimbali za falme za mbinguni

Kuonja Uzima wa Milele kabla ya Kifo

Ushuhuda wa maisha ya Dr. Jaerock Lee, aliyezaliwa mara ya pili na kuokolewa kutoka katika bonde la uvuli wa mauti na amekuwa anaisha maisha ya kuigwa ya Kikristo

Jehanamu

Ujumbe wa wazi kutoka kwa Mungu kwa wanadamu wote. Mungu hapendi nafsi hata moja kuingia katika vilindi vya Jehanamu! Utagundua ukweli halisi usioujua kuhusu uhalisia wa ukatili wa Kuzimu.

Maisha Yangu, Imani Yangu I & II

Harufu nzuri ya kiroho iliyotolewa kutoka katika maisha yaliyochipuka pamoja na upendo usiopimika kwa ajili ya Mungu, katikati ya mawimbi ya giza, nira baridi na kukata tamaa kwa ndani sana.

Kiasi cha Imani

Ni makao ya namna gani ambako taji na ujira vimeandaliwa kwa ajili yako Mbinguni? Kitabu hiki kinatoa hekima na mwongozo kwa ajili yako kupima imani yako na kujenga imani bora iliyokomaa.

www.urimbooks.com

www.ingramcontent.com/pod-product-compliance
Lightning Source LLC
LaVergne TN
LVHW021807060526
838201LV00058B/3268